ഹൃദയാലുവായ ഭൂതം

hridayaluvaya bhootham

●

muhamma ramanan

●

first edition
july 2011

●

second impression
january 2021

●

typesetting & published
chintha publishers, thiruvananthapuram

●

cover
alice cheeval

●

illustration
ajay kannadi

Rights reserved

വിതരണം

ദേശാഭിമാനി ബുക്ക് ഹൗസ്
H O തിരുവനന്തപുരം–695 001

ബ്രാഞ്ചുകൾ

ഓവർബ്രിഡ്ജ് തിരുവനന്തപുരം • കെ എസ് ആർ ടി സി ബസ് സ്റ്റേഷൻ ആല പ്പുഴ • കെ എസ് ആർ ടി സി ബസ് സ്റ്റേഷൻ എറണാകുളം • ഐ ജി റോഡ് കോഴി ക്കോട് • മാവൂർ റോഡ് കോഴിക്കോട് • എൻ ജി ഒ യൂണിയൻ ബിൽഡിങ് കണ്ണൂർ • സെൻട്രൽ ബസ് ടെർമിനൽ കോംപ്ലക്സ് താവക്കര കണ്ണൂർ • മച്ചി ങ്ങൽ ലെയ്ൻ തൃശൂർ

CO - 1606 / 2727
ISBN - 978-81-26207-21-3

ഹൃദയാലുവായ ഭൂതം
(ബാലനോവൽ)

മുഹമ്മ രമണൻ

ചിന്ത പബ്ലിഷേഴ്സ്
തിരുവനന്തപുരം-695 035

മുഹമ്മ രമണൻ

ആലപ്പുഴ ജില്ലയിൽ മുഹമ്മയിൽ ജനനം. അച്ഛൻ: വേ ലിക്കകത്ത് ചിറയിൽ കുഞ്ഞിക്കുട്ടൻ. അമ്മ: കാളിക്കുട്ടി.

മുഹമ്മ സി എം എസ് എൽ പി സ്കൂൾ, ആര്യക്കര മിഡിൽ സ്കൂൾ, കണിച്ചുകുളങ്ങര ഹൈസ്കൂൾ, ആലപ്പുഴ എസ് ഡി കോളേജ് എന്നിവിടങ്ങളിൽ വിദ്യാഭ്യാസം.

ബാലസാഹിത്യ മത്സരങ്ങളിൽ പങ്കെടുത്ത് നിരവധി സ മ്മാനങ്ങൾ നേടി.

കുട്ടികളുടെ സഖാവ്, കള്ളൻ കുഞ്ഞപ്പൻ, മണിയൻ പൂച്ച മണി കെട്ടി, കുസൃതിക്കുട്ടൻ, കോമുണ്ണിയുടെ ദുഃഖം, പുസ്തകം വളർത്തിയ കുട്ടി, സ്വാതന്ത്ര്യം ജന്മാവകാശം, ഉണ്ണിമോനും കുരുവികളും, കുറുക്കന്മാർ തുടങ്ങിയവ പ്ര സിദ്ധീകൃത കൃതികൾ.

അബുദാബി ശക്തി അവാർഡ്, കേരള സാഹിത്യ അ ക്കാദമി അവാർഡ് തുടങ്ങി നിരവധി പുരസ്കാരങ്ങൾ ലഭി ച്ചിട്ടുണ്ട്.

വിലാസം   :   അനീഷ് കോട്ടേജ്
                       മുഹമ്മ
                       ആലപ്പുഴ 688 525

ഉള്ളടക്കം

നോവലിനെപ്പറ്റി

മുക്കുവൻ അന്തിവരെ കഠിനാധ്വാനം ചെയ്തിട്ടും ലഭിച്ചത് ഒരു ലോഹക്കുടം മാത്രം. കുടം തുറന്ന് പുറത്തുവന്ന ഭൂതം മുക്കുവനെ വിഴുങ്ങാനായി ചാടി വീണു. മുക്കുവനെ വിഴുങ്ങിയാലേ ഭൂതത്തിനു ശാപമോക്ഷം ലഭിക്കൂ....

എന്നാൽ നിരന്തരം കഠിനാധ്വാനം ചെയ്ത് എല്ലും തോലുമായ മുക്കുവനെ വിഴുങ്ങി താൻ ശാപമോക്ഷം നേടുകയോ? മുക്കുവന്റെ ദീനതയും അല്ലലും കേട്ടപ്പോൾ ഭൂതം അകമേ കരഞ്ഞു പോയി. തന്റെ ഭൂതദയ ഉള്ളിലടക്കി ഭൂതം ഉറക്കെ ഗർജിച്ചു: മുക്കുവാ... നീ എന്തു പറഞ്ഞാലും നിനക്കു മോചനമില്ല. നിന്നെ വിഴുങ്ങി ശാപമോക്ഷം നേടി ഏഴാം കടലിനക്കരെയുള്ള കൊട്ടാരത്തിലേക്കു പോകാൻ എനിക്കു തിടുക്കമായി. ഏഴാം കടലിനക്കരെയുള്ള രാജ്യത്തെ രാജാവാണ് ഞാൻ. എന്റെ ഭാര്യയും മക്കളും എന്നെ കാണാതെ വിഷമിച്ചിരിക്കയാണ്. നിന്നെപ്പോലുള്ള ഒരു മുക്കുവനാണ് എന്നെ ശപിച്ച് ഈ കുടത്തിലാ ക്കിയത്. നിനക്ക് എന്തെങ്കിലും പറയാനുണ്ടെങ്കിൽ ഉടനെ പറഞ്ഞു കൊള്ളുക. -ഇത്രയും പറഞ്ഞ് ഉറക്കെ ഗർജിക്കുമ്പോഴും ഭൂതം മു ക്കുവന്റെ ദീനത കണ്ട് അകമേ കരയുകയായിരുന്നു.

വിചിത്രവും വിസ്മയകരവുമായ ഒരു നോവൽ.

1

ഭീതിദനായ മുക്കുവൻ

നേരം പുലർന്നിട്ടില്ല.

മുക്കുവൻ വലയിടാനായി കടപ്പുറത്തേക്ക് പുറപ്പെടുമ്പോൾ ഭാര്യ ഓർമിപ്പിച്ചു:

"പിന്നേ ഒരുകുട്ട മീൻ ഉടനെ ഇങ്ങു പിടിച്ചുകൊണ്ടു വരണം..... കുട്ടികൾ പട്ടിണിയാണെന്നറിയാമല്ലോ...."

"ദൈവം സഹായിക്കട്ടെ." അയാൾ നടന്നുകൊണ്ട് തലചെരിച്ചു വിളിച്ചു പറഞ്ഞു:

അന്നന്നു പണിയെടുത്തു ജീവിക്കുന്ന മുക്കുവ കുടുംബം. കടലമ്മ കനിഞ്ഞില്ലെങ്കിൽ പട്ടിണി തന്നെ.......

മുക്കുവൻ നിറഞ്ഞ ദുരയോടും പ്രതീക്ഷയോടും കടൽക്കരെ എത്തി. അയാൾ പുലരിയുടെ കരുത്തോടെ തന്റെ തടിച്ചങ്ങാടം കടലി ലേക്കു തള്ളിയിറക്കി അതിൽ ചാടിക്കയറിയിരുന്ന് തുഴയെടുത്ത് വേഗം തുഴയാൻ തുടങ്ങി.

തിരമാലകളുടെ താളത്തിലും തലോടലിലും പെട്ട് അയാളുടെ വാഹനം മുന്നോട്ടു കുതിച്ചു.

മുക്കുവന്റെ വരവു കണ്ട് കാക്കകൾ പ്രതീക്ഷയോടെ.. കാ... കാ.. എന്ന് കരഞ്ഞ് അയാളുടെ തലയ്ക്കു മുകളിൽ പറക്കാൻ തുടങ്ങി.

"ഇപ്പോഴേ വായലച്ചിട്ടെന്തിന്?" മുക്കുവൻ ക്രുദ്ധനായി കാക്കകളെ ശകാരിച്ചു. മുക്കുവൻ പറഞ്ഞത് ശരിയാണെന്നു ബോധ്യമായതുപോലെ കാക്കകൾ കരയിലേക്കു പിൻവാങ്ങി.

സൂര്യന്റെ ഇളംരശ്മികൾ വൃക്ഷശിഖരങ്ങൾക്കുമേൽ പ്രത്യ ക്ഷപ്പെട്ടു തുടങ്ങി.....

ആഴക്കടലിലേക്ക് ആടിയലഞ്ഞ് കുറേ തുഴഞ്ഞു ചെന്നിട്ട് ചങ്ങാട

ത്തിൽ കാലുറപ്പിച്ചു നിന്നിട്ട് വലവീശാൻ തുടങ്ങി. മുക്കുവൻ വലിയ ആശയോടെ വലവീശുകയും കൊതിയോടെ വല വലിച്ചുയർത്തി പരിശോധിക്കുകയും ചെയ്തുകൊണ്ടിരുന്നു.

എന്നാൽ മുക്കുവൻ അന്തിവരെ പണി ചെയ്തിട്ടും അഷ്ടിക്കുള്ള വക തടഞ്ഞില്ല. രണ്ടുമൂന്ന് ചെറുമീനുകൾ മാത്രമായിരുന്നു അയാൾക്കു ലഭിച്ചത്! അത് കാക്കകൾ തട്ടിക്കൊണ്ടു പോകുകയും ചെയ്തു.!

അന്തിയാവാൻ തുടങ്ങി.

മുക്കുവന് പിന്നൊന്നും കിട്ടിയില്ല. വെറും കയ്യോടെ വീട്ടിലേക്കു ചെന്നിട്ടെന്തിന്! അയാൾ സന്താപത്തോടെ ചിന്തിച്ചു. നേരം വൈകുക യാണ്. അയാളുടെ അന്നത്തെ പ്രതീക്ഷയും അവസാനിക്കുകയാണ്. എങ്കിലും അവസാനമായി ഒരു വലകൂടി വീശിയിട്ട് വീട്ടിലേക്കു പോകാമെന്നയാൾ വിചാരിച്ചു. അയാൾ ദൈവത്തെ പ്രാർഥിച്ചുകൊണ്ട് വീണ്ടും വലവീശി.

മുക്കുവൻ ആർത്തിയോടെ വലവലിച്ചുയർത്താൻ തുടങ്ങി. വല അത്ര വേഗം വലിച്ചുയർത്താൻ അയാൾക്കു കഴിഞ്ഞില്ല. വലയ്ക്കു നല്ല ഭാരമുണ്ടായിരുന്നു. വലയിൽ നിറയെ മീനുകൾ പെട്ടിട്ടുണ്ടെന്നയാൾ ക്കു തോന്നി.

അയാൾ ഹൃദയം തുടിക്കുന്ന പാരവശ്യത്തോടെ, പ്രതീക്ഷയോടെ വലവലിച്ചുയർത്തി. വലയിൽ മീനുകൾക്കുപകരം ഒരു ലോഹക്കുടമാണ യാൾ കണ്ടത്! കുടത്തിന്റെ വായ മൂടിക്കെട്ടിയിരുന്നു.

ഇരുൾ വർധിക്കുകയാണ്.

മുക്കുവൻ ആകാംക്ഷയോടെ ലോഹക്കുടം വലയിൽനിന്ന് വേർ പെടുത്തി എടുത്തു. കുടത്തിനു നല്ല ഭാരമുണ്ടായിരുന്നു. അയാൾ വേഗം ചങ്ങാടം കരയിലേക്കു തുഴഞ്ഞടുപ്പിച്ചു. വലയും കുടവും കരയ്ക്കു വെച്ചിട്ട് അയാൾ ചങ്ങാടം കരയിലേക്കു കയറ്റി വെച്ചു.

ഈ കുടത്തിലെന്തായിരിക്കും? മുക്കുവന്റെ ആശ അതിരറ്റതായി. അയാൾ കടൽക്കരെ നിന്ന് ആലോചിച്ചു: കുടം നിറയെ വിലപിടിപ്പുള്ള ധനമോ സ്വർണനാണയങ്ങളോയിരിക്കുമെന്നയാൾ മോഹിച്ചു.

മുക്കുവൻ തിടുക്കത്തോടെ കുടം എടുത്ത് മാറത്തടക്കിപിടിച്ച് വീട്ടിലേക്കു നടക്കുവാൻ ഭാവിച്ചു. പെട്ടെന്നയാൾ നിന്നു. ഈ കുടത്തിന കത്തെന്തെന്ന് അറിയേണ്ടേ? കുടത്തിൽ നിറയെ സ്വർണ നാണയങ്ങ ളാണെങ്കിൽ അവ മുഴുവനും വീട്ടിൽ കൊണ്ടുചെല്ലാനാവില്ല. നാട്ടു കാരറിയും. അതുകൊണ്ട് കുടം തുറന്ന് കുറച്ച് സ്വർണനാണയങ്ങൾ എടുത്ത് ബാക്കി കടൽക്കരയിൽ കുഴിച്ചിടുന്നതാണ് യുക്തി എന്ന യാൾക്കു തോന്നി.

കുടം തുറക്കുക തന്നെ.

മുക്കുവൻ വേഗം കുടം തുറന്നു..

കുടം തുറന്ന നിമിഷം അതാ! കുടത്തിൽനിന്ന് ഉഗ്രരൂപിയായ ഒരു ഭൂതം പുറത്തേക്കു ചാടി, ആകാശം മുട്ടേ ഉയർന്നു!... വെളുത്ത പുക പോലെ ഭീമാകാരമായി ആകാശം നിറഞ്ഞു നിൽക്കുന്ന ഭൂതത്തെക്കണ്ട് മുക്കുവൻ പകച്ചു വിറച്ചുപോയി. വെളുത്തുനീണ്ട താടിയും ജഡയും തിളങ്ങുന്ന കണ്ണുകളും വീതിയേറിയ നെറ്റിയും പുകരൂപത്തിലുള്ള ദേഹവും കണ്ട് മുക്കുവൻ ഭയന്നു.!

മുക്കുവന്റെ പകച്ച നോട്ടവും പരിഭ്രാന്തിയും കണ്ട് ഭൂതം ഉറക്കെ പറഞ്ഞു: "ഹേ.... മുക്കുവാ... നീ ഭയന്നു പോയല്ലേ?... ഞാൻ നൂറ്റാണ്ടുകളായി ഈ കുടത്തിൽ കഴിയുകയായിരുന്നു. ഇതുവരെ എന്നെ ആരും രക്ഷപ്പെടുത്തിയില്ല... നീ വല വീശി എന്നെ രക്ഷിച്ചല്ലോ... നന്ദി... വളരെ നന്ദി!.."

ഭൂതം തന്നോടു നന്ദി പറയുകയോ...? മുക്കുവന്റെ അതിശയം അതി രറ്റതായിരുന്നു. സ്വബോധം തിരിച്ചു കിട്ടിയപ്പോൾ മുക്കുവൻ ഭയന്നു വിറച്ചു പോയി.!

"മുക്കുവാ നീ കേട്ടോളൂ.." ഭൂതം തുടർന്നു: "ഞാൻ ഈ കുടത്തിൽ നിന്നു പുറത്തു വന്നതു കൊണ്ട് എനിക്കു മോചനമായില്ല...." ഇനിയും എന്തോ പറയാനുണ്ടെന്ന ഭാവത്തിൽ ഭൂതം മുക്കുവനെ നോക്കി.

സൂര്യൻ അസ്തമിച്ചു കഴിഞ്ഞു.

മുക്കുവൻ ഒന്നും പറഞ്ഞില്ല. ഭയം മൂലം അയാളുടെ നാവ് വായിൽ ഒട്ടിപ്പോയിരുന്നു.

"മുക്കുവാ... നീ ശ്രദ്ധിച്ചു കേൾക്കണം...." ഭൂതത്തിന്റെ കടുത്ത സ്വരം. "നിന്നെപ്പോലൊരു മുക്കുവനാണ് എന്നെ ശപിച്ച് ഈ കുടത്തിലാക്കിയത്....."

മുക്കുവൻ തൊഴുത് വിറച്ച് നിൽക്കുകയാണ്.

"എന്റെ ശാപമോക്ഷം... ഹേ... മുക്കുവാ... നിന്നെ ആശ്രയിച്ചിരി ക്കുന്നു..." ഭൂതം വീണ്ടും പറഞ്ഞു..

മുക്കുവനത് വിശ്വസിക്കാനായില്ല. മുക്കുവൻ അറിയാതെ ചോദിച്ചുപോയി: "പ്രഭോ... എന്ത്... എന്നെ ആശ്രയിച്ചോ.?"

"അതേ... മുക്കുവാ..." സ്വരം സൗമ്യമാക്കി ഭൂതം പറഞ്ഞു: "എനിക്കു നിന്നോടതു പറയുവാൻ ലജ്ജയുണ്ട്. ഒരിക്കൽ ഒരുപകാരം ചെയ്തവനെ പ്പോലും മരണംവരെ മറക്കരുതെന്നാണ് സജ്ജന വാക്യം."

പടിഞ്ഞാറേ ആകാശത്ത് കറുപ്പും കുങ്കുമവും കലർന്ന ശോകച്ഛായ, അന്തിമേഘങ്ങൾ കടൽപ്പരപ്പിൽ കരിനിഴൽ വീഴ്ത്തിയിരിക്കുന്നു.

മുക്കുവന്റെ മുഖവും ശോകച്ഛായയിൽ മുങ്ങിയിരുന്നു. അയാളുടെ ചെമ്പൻമുടി കടൽക്കാറ്റിൽ പറന്നു ചിതറിയിരുന്നു. "നീ ധൈര്യവാനാ യിരിക്കൂ... മുക്കുവാ..." എന്നയാളെ ധൈര്യപ്പെടുത്തിക്കൊണ്ടിരുന്നു.

"മുക്കുവാ......" അന്തഃസംഘർഷത്തിന്റെ നേർത്ത ഒഴുക്കുപോലെ ഭൂതം പറഞ്ഞു:

"നിതാന്തവും ശൂന്യവും അനിശ്ചിതവുമായ തപസിൽനിന്ന് നീ എന്നെ മോചിപ്പിച്ചു. ഞാൻ പറഞ്ഞ ഒരൗപചാരിക വാക്കുകൊണ്ട് നീ ചെയ്ത സൽക്കർമത്തിന്റെ മൂല്യം എനിക്കു ഒതുക്കാനാവില്ല..... എന്നാൽ എനിക്ക് ശാപമോക്ഷം ലഭിക്കണമെങ്കിൽ....." ആ വാചകം പൂർത്തിയാ ക്കാനുള്ള ഭൂതത്തിന്റെ കടുത്ത അസ്വാസ്ഥ്യം മുക്കുവൻ കണ്ടു.

ഭൂതം മുക്കുവന്റെ, പണിചെയ്ത് ചടച്ച ദേഹത്തിലേക്കും തുഴപിടിച്ച് തഴമ്പിച്ച കൈകളിലേക്കും മരണഭീതിനിറഞ്ഞ മുഖത്തേക്കും നോക്കിയ പ്പോൾ ഭൂതത്തിന് വാക്കുകൾ മുട്ടിപ്പോയി. വേല ചെയ്തു വേല ചെയ്തു എല്ലിൻകൂടായ ഈ മുക്കുവനെ വിഴുങ്ങി താൻ ശാപമോക്ഷം നേടുക യോ?.... കഷ്ടം!... ഭൂതത്തിന്റെ ആന്തരാത്മാവു പിടച്ചു.!

താൻ വരിച്ച ദുരന്ത നിയോഗത്താൽ ദുരൂഹവും ഭയാനകവുമായ ദുർവിധിയിലേക്ക് താൻ ബലമായി നയിക്കപ്പെടുകയാണെന്ന് മുക്കുവന റിഞ്ഞു. മണ്ണെണ്ണച്ചിമ്മിനി മിന്നുന്ന കുടിലും, ചിമ്മിനിക്കു ചുറ്റും വെറും തറയിൽ അടങ്ങാത്ത പ്രതീക്ഷയോടെ കാത്തിരിക്കുന്ന മക്കളെയും ഭാര്യയെയും അയാൾ കണ്ടു. നിസ്സഹായതയുടെ ചൂണ്ടക്കൊളുത്ത് തന്റെ നാവിനെ ബന്ധിച്ചിരിക്കയാണെന്ന് അയാളറിഞ്ഞു.

"മുക്കുവാ...." ഭൂതം പറഞ്ഞു: "എനിക്കനിവാര്യവും നിനക്ക് ദുരന്ത നിയോഗവുമായ ഈ പരിണാമം നമുക്ക് അപ്രതീക്ഷിതമാണ്...... ഈ ലോഹക്കുടം തുറന്ന് എന്നെ മോചിപ്പിക്കുന്നയാളെ വിഴുങ്ങിയാലേ എനിക്കു മോചനമുള്ളു. നിന്നെ വിഴുങ്ങി ശാപമോക്ഷം നേടുക.... അതിൽപ്പരം നന്ദികേടില്ലതാനും!... എന്നാൽ എനിക്കു നിന്നെ വിഴു ങ്ങാതെയും വയ്യ. ഞാനെന്റെ കടപ്പാടുകളുടെ ബന്ധനം നിർദയം അ റുത്തുകൊണ്ട് ഇതാ നിന്നെ വിഴുങ്ങുകയായി.!... ഹ.. ഹ.. ഹ..!" ഭൂതം വാ പിളർന്നുകൊണ്ട് മുക്കുവനെ വിഴുങ്ങാനാഞ്ഞടുത്തു!....."

2

ഭൂതം പിടിച്ചാൽ പിടിവിടുമോ?

മുക്കുവനെ വിഴുങ്ങാൻ വാ പിളർന്നു വന്ന ഭൂതം മുക്കുവന്റെ ദീനവും ദാരിദ്രവുമായ രൂപം കണ്ട് സ്തംഭിച്ചു നിന്നുപോയി! മുക്കുവനെ വിഴുങ്ങാൻ ഭൂതത്തിനു കഴിഞ്ഞില്ല. വേല ചെയ്തവശമായ ദേഹവും നിത്യദുരിതം ധനമായുള്ള, അഹോരാത്രം ഈ കടലിനോടു മല്ലടിച്ച് നിത്യ ജീവിതം കഴിക്കാൻ പാടുപെടുന്ന ഈ പാവം മുക്കുവനെ വിഴുങ്ങി താൻ ശാപമോക്ഷം നേടുക.!... തനിക്കിതു കഴിയുമോ? ഭൂതത്തിന്റെ അന്തഃ കരണം പിടച്ചു. തനിക്കു തന്റെ കാര്യം എന്ന സ്വാർഥ ചിന്ത, ഭൂതത്തിന്റെ ആത്മാവിലുറഞ്ഞ ഭൂതദയയുടെ നനവിനെ വറ്റിച്ചു കളഞ്ഞു! ഭൂതം മുഖം രൗദ്രമാക്കി പറഞ്ഞു:

"മുക്കുവാ...... നിന്റെ മൗനം സമ്മതമോ? നീ കേൾക്കുന്നില്ലേ? ഞാ നിതാ നിന്നെ വിഴുങ്ങുകയായി." ഭൂതം അതിഘോരമായി അട്ടഹസിച്ചു. എങ്കിലും ഭൂതത്തിന്റെ അകം പിടയുകയായിരുന്നു. ദരിദ്രനും നിഷ്കളങ്കനും നിരപരാധിയും നിസ്വാർഥനുമായ ഈ മുക്കുവൻ ഒരുനേരത്തെ ആഹാരത്തിനു വേണ്ടി അത്യ ധ്വാനം ചെയ്യുന്നവനാണ്. മുക്കുവന്റെ കഠിനാധ്വാന ത്തിന്റെ ഫലമാണ് തന്റെ മോചനം. തന്റെ വ്യാ മോഹം കൊണ്ട് നേടിയ ശാപവും ഈ മുക്കു വനും തമ്മിൽ എന്തുബന്ധം? ഇവനെ വി ഴുങ്ങി ശാപമോക്ഷം നേടുന്നത് ധർമമോ? ഭൂതം അലറി ഗർജിച്ചിട്ടും മുക്കു വൻ നിസ്സംഗനായി നിന്നതേയുള്ളൂ.! അഷ്ടി കഴിയാൻവേണ്ടി അന്തി വരെ വലയെറിഞ്ഞു നേടിയ

വിപത്താണിത്. നിത്യപട്ടി
ണിക്കാരന്റെ അതിമോഹം! വലയിൽ
കിട്ടിയ ലോഹക്കുടം നിറയെ സ്വർണ
മായിരിക്കുമെന്ന് വ്യാമോഹിച്ചു. കിട്ടിയ
തോ? കുടത്തിലടച്ച ഭൂതത്തിനെ!... ഭൂതം
പിടിച്ചാൽ പിടിവിടുമോ? എന്തിനീ പാരവശ്യം?

"മുക്കുവാ... നിന്റെ അന്ത്യാഭിലാഷം പറ
യുക." ഭൂതം പറഞ്ഞു: "എന്നെ ശപിച്ച് ഈ
കുടത്തിലാക്കിയ മുക്കുവൻ എന്റെ അന്ത്യാ
ഭിലാഷം എന്തെന്നു ചോദിച്ചില്ല. എങ്കിലും നിന്റെ
ദയനീയാവസ്ഥ എന്നെ വിഷമിപ്പിക്കുന്നതുകൊണ്ട്
ഞാൻ നിനക്കൊരവസരം തരികയാണ്."

മുക്കുവൻ പരിക്ഷീണനാണ്. വിശപ്പും ദാഹവും
അവനെ തളർത്തിയിട്ടുണ്ട്. പുലരി മുതലുള്ള കഠിനാ
ധ്വാനമാണ്. തന്റെ കുടിലിൽ വഴിക്കണ്ണുമായി ഭാര്യയും
കുട്ടികളും കാത്തിരിക്കുകയാണ്. ഇന്നവർ പട്ടി
ണിയാണ്. നാളെ ആരാണവർക്കു തുണ? മുക്കുവൻ
പണിപ്പെട്ട് ഗദ്ഗദത്തോടെ പറഞ്ഞു:

"പ്രഭോ..... ഞാനങ്ങയെ അനന്തമായ തടവിൽ
നിന്നു മോചിപ്പിച്ചവനാണ്. രക്ഷിച്ചവനെ ആരെങ്കിലും
ശിക്ഷിക്കുമോ? അധർമമമല്ലേ അത്?"

"മുക്കുവാ നിന്റെ വാദം ശരിയാണ്.." ഭൂതം പറഞ്ഞു: "നീ എന്തു
ധർമവും അധർമവും   പറഞ്ഞാലും എനിക്കതു പ്രശ്നമല്ല. എനിക്കു
ശാപമോക്ഷം ലഭിക്കണമെങ്കിൽ നിന്നെ വിഴുങ്ങാതെ   നിർവാഹമില്ല.
തന്നെ പൂജിക്കാതെ താൻ പൂജിക്കുമോ? ആ പ്രമാണം നിനക്കറിയില്ലേ?
നിന്നെ വിട്ടയച്ചാൽ ഞാനെന്നും ഈ ഭൂതമായിത്തന്നെ ലോകമാകെ അല
യേണ്ടിവരും. അങ്ങുമിങ്ങുമില്ലാതെയുള്ള ഒരു ജീവിതം? ഇങ്ങനെ ഒരു
ജീവിതം നീ ആഗ്രഹിക്കുമോ? നിന്നെ വിട്ടയച്ച് ഞാൻ വിഡ്ഢിയാകണ
മെന്നോ? അത്തരം മഹാമനസ്കത കഥകൾക്കുകൊള്ളാം!.. ഇല്ലേ!..." ഭൂതം
ഉറക്കെ ചിരിച്ചു.

മുക്കുവൻ വിവേകിയാണ്. അവൻ തൊഴിലാളിയാണ്.. അന്യ
ദു:ഖത്തെ തിരിച്ചറിയുന്നവനാണ്.. മുക്കുവൻ തന്റെ തടിച്ചങ്ങാടത്തിൽ
ഈശാം താടി തടവി തളർന്നിരിക്കുകയാണ്. എന്നാലും അവൻ അധീര
നല്ല. ഇല്ല.... ഭൂതം തന്നെ വിഴുങ്ങി ശാപമോക്ഷം നേടുകയില്ല. അയാൾ
പ്രത്യാശിച്ചു.

"പ്രഭോ....." മുക്കുവൻ പറഞ്ഞു: "ഞാൻ മൂലമാണങ്ങ്   സ്വതന്ത്ര
നായത്. അങ്ങുതന്നെ ഈ പ്രതിസന്ധിക്ക് ഒരു പ്രതിവിധി കണ്ടെത്തുക.
നമുക്കു രണ്ടാൾക്കും ഗുണം വരികയും വേണം." മുക്കുവൻ ശുഭപ്രതീക്ഷ
യോടെ ബോധിപ്പിച്ചു.

"ഹേ... മുക്കുവാ..... നാം തമ്മിൽ ഒരു വാഗ്വാദം ആവശ്യമില്ല." ഭൂതം തുടർന്നു: "എങ്കിലും ഞാൻ ചോദിക്കട്ടെ..! എന്നെ രക്ഷിക്കണമെന്ന് ഞാൻ നിന്നോടാവശ്യപ്പെട്ടോ?"

ഭൂതത്തിന്റെ ചോദ്യം ശരിയാണെന്ന് മുക്കുവന് തോന്നി.

ഭൂതം പറഞ്ഞു: "നാം തമ്മിലിതുവരെ കണ്ടിട്ടില്ല. നിന്നെപ്പോലൊരു മുക്കുവനാണ് എന്നെ ഈ കുടത്തിലടച്ച് ആഴക്കടലിലെറിഞ്ഞത്. നിന്നെ വിട്ടയക്കുമെന്ന വ്യാമോഹം വേണ്ട. ഞാൻ സ്വതന്ത്രനായവനാണ്. ഇനി ഞാൻ തടവിലകപ്പെടുമെന്ന് നീ വിശ്വസിക്കുന്നോ? അസംഭവ്യം!"

ഭൂതത്തിന്റെ പിടിയിൽനിന്ന് തനിക്കു മോചനം ലഭിക്കുമോ? മുക്കുവൻ നിസ്സഹായതയുടെ മഹാമേരുവിൽ ശിരസ്സ് കുനിച്ചിരുന്നു. തന്റെ വിധി എത്ര ഭീകരം!..

"ഏടോ മുക്കുവാ.." ഭൂതം ശബ്ദം മയപ്പെടുത്താതെ പറഞ്ഞു: "നീ നിന്റെ അന്ത്യാഭിലാഷം ഇനിയും പറഞ്ഞില്ല. എനിക്കെന്റെ കൊട്ടാര ത്തിൽ പോകാൻ തിടുക്കമായി. ഏഴാം കടലിനക്കരെയാണെന്റെ കൊട്ടാരം. ഞാനവിടത്തെ രാജാവാണ്."

"ങേ... എന്ത്!... അങ്ങ് ഏഴാം കടലിനക്കരെയുള്ള രാജ്യത്തെ രാജാ വാണെന്നോ!" മുക്കുവൻ വിസ്മയഭരിതനായി ചോദിച്ചു.

"അതേ... മുക്കുവാ... സത്യം!..." ഭൂതം സന്തപ്ത സ്വരത്തിൽ പറഞ്ഞു: "ഞാനവിടെ രാജാവായിരുന്നു. അന്നൊരിക്കൽ വിനോദസഞ്ചാ രാർഥം ഞാൻ ബഹുദൂരം സഞ്ചരിച്ച് കടപ്പുറത്തെത്തിയതായിരുന്നു. നിന്നെപ്പോലൊരു മുക്കുവൻ എന്നെ രൂപം മാറ്റി ഈ കുടത്തിലാക്കി കടലിലെറിഞ്ഞു. അന്ന് ആ മുക്കുവൻ തന്ന ശാപമോക്ഷമാണ്, ഈ കുടം തുറന്ന് സ്വതന്ത്രനാക്കുന്നവനെ വിഴുങ്ങി നീ സ്വരൂപം നേടുക!...." ഭൂതം തന്റെ ദുരന്ത ചരിത്രം വിവരിച്ചു.

വിചിത്രവും അവിശ്വസനീയവുമായ കഥകേട്ട് മുക്കുവൻ സ്ത ബ്ദനായിരുന്നു. വീട്ടിൽ തന്നെ കാത്തിരിക്കുന്നവരുടെ ദീനതയോർത്തു മുക്കുവൻ നീറി... ഈ ഭൂതത്തിനെ കബളിപ്പിച്ച് എത്രയും വേഗം വീ ട്ടിലെത്തണം എന്നു ചിന്തിച്ച് മുക്കുവൻ പറഞ്ഞു:

"പ്രഭോ... അങ്ങയുടെ കഥ വിചിത്രവും വിസ്മയകരവുമായിരി ക്കുന്നു. എങ്ങനെയാണ് മുക്കുവൻ അങ്ങയെ ശപിച്ചത്? എന്തിന്? ആ കഥ കേൾക്കാൻ എനിക്കതിയായ ആശയുണ്ട്... പറയാൻ സന്മനസു ണ്ടാവുമോ?"

മുക്കുവന്റെ ആഗ്രഹം ഭൂതത്തെ സന്തോഷിപ്പിച്ചു. എത്രനാളായി തന്റെ ഈ ദുരന്ത കഥ മനസിലിരുന്നു നീറുന്നു!... അതിന്റെ ഭാരം താങ്ങാ നാവുന്നില്ല... ഈ മുക്കുവനോടു തന്നെ ആ കഥ പറഞ്ഞു ഭാരമൊഴിക്കാം. ഭൂതം സംശയത്തോടെ ആരാഞ്ഞു: ആ കറുത്ത ദിനങ്ങളെ ഓർമിക്കാൻ കൂടി ഭൂതം ഭയന്നു.

"അതൊരു നീണ്ട കഥയാണ് മുക്കുവാ..... വിചിത്രമായ ഒരു വ്യാമോ ഹത്തിന്റെയും പ്രേമദുരന്തത്തിന്റെയും കഥ!..... എന്നാൽ അതിസങ്കീർ

ണമായ ചില സത്യങ്ങൾ അതിലടങ്ങിയിരിപ്പുണ്ട്.... ഈ ഒരു രാത്രി കൊണ്ട് ആ കഥ പറഞ്ഞു തീർക്കാനാവില്ല... നീ ക്ഷമയോടെ ഈ കഥ കേൾക്കുമോ? ”

“പ്രഭോ...” മുക്കുവൻ പറഞ്ഞു: “അന്യന്റെ കദനകഥ കേൾക്കു കയും ദു:ഖിതരെ സാന്ത്വനിപ്പിക്കുകയും ചെയ്താൽ കേൾക്കുന്നവന് ശാന്തി ലഭിക്കുമെന്ന് സൽഗ്രന്ഥങ്ങൾ ഉദ്ഘോഷിക്കുന്നു. അങ്ങ് കഥ പറയുക. ഞാൻ ക്ഷമയോടെ കേട്ടിരിക്കാം.” മുക്കുവൻ നിർത്തിയിട്ട് ചോ ദ്യഭാവത്തിൽ ഭൂതത്തെ നോക്കി. എന്നിട്ട് താഴ്മയോടെ പറഞ്ഞു: “കഥ തുടങ്ങും മുമ്പ് എന്റെ അപേക്ഷകൂടി കേൾക്കണം.....”

3

ചതിയുടെ കഥ

മുക്കുവൻ പ്രതീക്ഷയോടെ മിഴിതെറ്റാതെ ഭൂതത്തെ നോക്കി യിരുന്നു.

മുക്കുവന്റെ വിധേയത്വഭാവവും തന്റെ കഥ ശ്രവിക്കാനുള്ള ആകാംക്ഷയും ഔത്സുക്യവും ഭൂതത്തെ സംതൃപ്തനാക്കി.

"എന്താണ് നിന്റെ അപേക്ഷ?"ഭൂതം പെട്ടെന്നു ചോദിച്ചു.

"അങ്ങ് വാക്കു പാലിക്കുമോ?"

"ഉവ്വ്.... തീർച്ചയായും. ഞങ്ങൾ ഭൂതങ്ങൾ മനുഷ്യരെ പോലെ വിശ്വാസവഞ്ചകരല്ല."

"അതേ.... അങ്ങെത്ര നല്ലവൻ!" മുക്കുവൻ ഇരുൾ നിറഞ്ഞ ആഴ പ്പരപ്പിലേക്കു നോക്കി ആത്മഗതംപോലെ മന്ത്രിച്ചു. മുക്കുവൻ വികാരാധീനനായിരുന്നു.

"എന്താണ് നീ അങ്ങനെ പറഞ്ഞത്?" ഭൂതം ആരാഞ്ഞു.

"കാരണമുണ്ട് പ്രഭോ..." മുക്കുവൻ സാവധാനം ആലോചനയോടെ പറഞ്ഞു: "ഞങ്ങൾ മനുഷ്യർ കള്ളന്മാരും വഞ്ചകരുമാണ്. സ്വന്തം കാര്യം നേടാൻ എന്തന്യായവും അവർ ചെയ്യും. മനസ്സാക്ഷിയുള്ള മനുഷ്യർ എത്ര തുച്ഛം!..." ഒരു മുക്കുവൻ അങ്ങയെ ചതിച്ചു കടലിലെറിഞ്ഞു. അ തുകൊണ്ടല്ലേ ഇന്നെനിക്കീ ഗതി വന്നത്...എല്ലാവർക്കും അവരവരുടെ കാര്യം മാത്രം!.. മനുഷ്യരെപ്പോലെ അങ്ങും സ്വന്തം കാര്യം മാത്രം നോക്കി എന്നെ വിഴുങ്ങി രക്ഷപ്പെടാൻ ശ്രമിക്കയല്ലേ?...എന്റെ ദു:ഖം ആര റിയുന്നു.... എന്റെ കുടുംബത്തിന്റെ ദീനാവസ്ഥ ആരറിയുന്നു.... കടലമ്മ കനിഞ്ഞില്ലെങ്കിൽ ഞങ്ങൾ പട്ടിണിയാണ്. വിശന്ന് തളർന്ന് എന്നെ

കാത്തിരിക്കുന്ന എന്റെ പിഞ്ചോമനകളുടെ നാളത്തെ ഗതി എന്ത്?...."
മുക്കുവൻ കരയുകയാണ്.

"മുക്കുവാ... നീ പറഞ്ഞത് സത്യമാണ്... മനുഷ്യർ ക്രൂരരും ചതി
യന്മാരുമാണ്. അവർ നേർക്കുനേരേ നിന്ന് നുണ പറയും. സ്വാർഥം
നേടാൻ പിന്നിൽ നിന്നു ചതിക്കും. ചിരിച്ചുകൊണ്ട് തലയറുക്കും. എന്റെ
കഥയും മനുഷ്യന്റെ ചതിയുടെ കഥയാണ്. ചതിയിൽ പെട്ട് തടവുകാ

രനായ ഒരാൾക്ക് ആരെയെങ്കിലും വിശ്വസിക്കാനാവുമോ? ഒരു മുക്കുവൻ എന്നെ ചതിച്ചു. മറ്റൊരു മുക്കുവൻ എന്നെ രക്ഷിച്ചു. സ്വതന്ത്രനായ ഞാൻ ഇനിയും ഇരുട്ടിന്റെ തടവറയിലേക്കു പോകണമെന്നോ!... അസാധ്യം...!"

"ഞാനൊരു കുടുംബനാഥനാണ്." മുക്കുവൻ പറഞ്ഞു: "എന്റെ കുടുംബത്തെ പോറ്റാനാണ് ഞാൻ കടലിൽ വലവീശാൻ വന്നത്. ഇതാ... രാത്രിയായി.... ഞാനിനിയും വീട്ടിൽ ചെന്നിട്ടില്ല. ഞാനിവിടെ അങ്ങയുടെ കഥ കേട്ടിരുന്നാൽ എനിക്കു വീട്ടിൽ പോകാനാവില്ല. മീൻ പിടിക്കാൻ പോകാനാവില്ല. എന്റെ കുടുംബം നിത്യപട്ടിണിയിലാവും...."

"ഞാനെന്തു ചെയ്യണമെന്നാണ് നീ പറയുന്നത്?"

"എനിക്ക് അങ്ങയെപ്പോലുള്ള മഹാത്മാക്കൾ പറയുന്ന കഥകൾ കേട്ടിരിക്കാൻ വളരെ ആഗ്രഹമുണ്ട്. കൂടാതെ ഒരു മുക്കുവൻ ചതിച്ച കഥയാകുമ്പോൾ ഞാനതറിയേണ്ടതല്ലേ?"

"ഉവ്വ്. അതിന്?"

"ഞാൻ ദിവസവും അങ്ങയുടെ കഥകേട്ടിരിക്കാം. അതോടൊപ്പം എനിക്ക് വീട്ടിൽ പോവുകയും വേണം. ഇപ്പോൾ നേരം രാത്രിയായി. ഞാൻ കടലിൽവീണു ചത്തിട്ടില്ലെന്ന് വീട്ടിലറിയിക്കുന്നതെങ്ങനെ? ഞാൻ വീട്ടിൽചെന്നു വിവരം പറഞ്ഞിട്ട് വേഗം മടങ്ങിവരാം. അതിനെന്നെ അനുവദിക്കണം...." മുക്കുവൻ ബുദ്ധിപൂർവ്വം തന്റെ അപേക്ഷ സമർപ്പിച്ചു.

"ഇല്ല!.... സാധ്യമല്ല." ഭൂതം പൊട്ടിത്തെറിച്ചു. ഭൂതം രൗദ്രരൂപിയായി. "ഹേ.. മുക്കുവാ... നീ.. എന്താണീ പറയുന്നത്.... നിന്നെ വിട്ടയക്കാനോ... ഹ... ഹ..!" ഭൂതം ഉറക്കെ പൊട്ടിച്ചിരിച്ചു. തുടർന്നു: "നിന്നെ വിട്ടയച്ചാൽ എനിക്കെങ്ങനെ ശാപമോക്ഷം ലഭിക്കും? കഥപറഞ്ഞു തീരുന്ന ദിവസം നിന്നെ വിഴുങ്ങി ഞാൻ ശാപമോക്ഷം നേടും. മനുഷ്യർ കള്ളന്മാരും ചതിയന്മാരുമാണെന്ന് നീതന്നെ സമ്മതിച്ചതല്ലേ?... ഇല്ല! നിന്നെ ഞാൻ വിട്ടയക്കുകയില്ല." ഭൂതം പ്രഖ്യാപിച്ചു.

"പ്രഭോ..." മുക്കുവൻ ദീനത നടിച്ചു പറഞ്ഞു.: "ഭൂമിയിലെ മുഴുവൻ മനുഷ്യരും കള്ളന്മാരും ചതിയന്മാരുമല്ല. നല്ല മനുഷ്യരും ധാരാളമുണ്ട്. അത് അങ്ങയ്ക്കും അറിവുള്ളതാണല്ലോ.?"

"അതേ മുക്കുവാ നീ പറഞ്ഞത് സത്യമാണ്."

"അങ്ങയെ ശപിച്ച് ഈ കുടത്തിലാക്കി കടലിലെറിഞ്ഞത് ഒരു മുക്കുവനാണ്. എന്നാൽ അങ്ങയെ രക്ഷിച്ചതും ഒരു മനുഷ്യനാണ്. ഒരു മുക്കുവനല്ലേ?"

"ഛേ... മുക്കുവാ നീ എന്താണീ പറയുന്നത്..." ഭൂതം ഈർഷ്യയോടെ കയർത്തു ചോദിച്ചു: "നീ എന്നെ രക്ഷിച്ചെന്നോ!... അസംബന്ധം..." ഭൂതം ക്ഷോഭിച്ചു.

"എന്നാൽ ചോദിക്കട്ടെ, ആരുടെ കാരുണ്യംകൊണ്ടാണ് അങ്ങ് ഇങ്ങ നെ കരയിൽ സ്വതന്ത്രനായി നിന്ന് ക്ഷോഭിക്കുന്നത്? മുക്കുവനും വിട്ടു കൊടുത്തില്ല.

"മുക്കുവാ.... നിന്റെ ന്യായം എനിക്കു സ്വീകാര്യമല്ല.. നീ മീൻപിടി ക്കാൻ കടലിൽ വലവീശിയപ്പോൾ എങ്ങനെയോ ഈ കുടം നിന്റെ വല യിൽപ്പെട്ടു. അതല്ലേ ശരി?" ഭൂതം ചോദിച്ചു:

"കടലിൽ കുടം കിടപ്പുണ്ടെന്നറിഞ്ഞല്ല നീ വലവീശിയത്, ഉവ്വോ?"

"നേരുതന്നെ" മുക്കുവൻ പറഞ്ഞു: "പ്രഭോ... ഞാൻ ഈ കുടം തുറ ന്നില്ലായിരുന്നെങ്കിലോ? ഞാൻ കുടം തുറക്കാതെ കൊണ്ടുപോയി ഒരു ധനവാന്റെ വീട്ടിൽ പണയം വെച്ചിരുന്നെങ്കിലോ? അങ്ങ് കടലിൽ നിന്നു മാറി ധനവാന്റെ നിലവറയിൽ തപസിരിക്കേണ്ടിവരുമായിരുന്നില്ലേ?"

"ശരി. വാദത്തിനുവേണ്ടി ഞാനതു സമ്മതിക്കാം. എന്നാൽ നീ കുടം തുറന്നത് എന്നെ രക്ഷിക്കാനല്ല, കുടം നിറയെ സ്വർണമാണെന്ന് വ്യാ മോഹിച്ചാണ് നീ കുടം തുറന്നത്, ഇല്ലേ?"

"ഉവ്വ്. സത്യമായും." മുക്കുവൻ സമ്മതിച്ചു.

"അപ്പോൾ നീ എന്നോടുള്ള ഭൂതദയമൂലം എന്നെ രക്ഷിച്ചതല്ല. ശരിയല്ലേ? ഞാൻ ചോദിക്കട്ടെ, മുക്കുവാ.. മനുഷ്യരിൽ ചതിയന്മാരും കള്ളന്മാരും ഉണ്ടെന്നു നീ പറഞ്ഞു. ഇല്ലേ? നിന്നെ ഞാൻ നല്ലവനായി വിശ്വസിക്കാം. നിന്നെ വിട്ടയക്കാൻ നീ തന്നെ ഒരു നിബന്ധന പറയുക."

മുക്കുവൻ ഗാഢമായി ആലോചിച്ചു. ഭൂതം പിടിച്ചാൽ പിടിവിടില്ല. അപ്പോൾ ഭൂതത്തെ കബളിപ്പിച്ച് രക്ഷപ്പെടുക.! കഥകേട്ടിരുന്ന് ബുദ്ധി പൂർവം കാലത്തെ നീട്ടുക..... അപ്പോൾ ഭൂതത്തിൽനിന്ന് രക്ഷപ്പെടാനുള്ള വഴി തെളിഞ്ഞു വരും.!...

"മുക്കുവാ... നിന്റെ തീരുമാനം വേഗം പറയുക." ഭൂതം ധൃതികൂട്ടി.

"പ്രഭോ, ഞാനങ്ങയെ വഞ്ചിക്കുകയില്ല.." മുക്കുവൻ ദൃഢനിശ്ച യത്തോടെ ബോധിപ്പിച്ചു: "ഞങ്ങൾ തൊഴിലാളികൾ, ആത്മാഭിമാന മുള്ളവരും സത്യസന്ധരും നിസ്വാർഥരുമാണ്. ഞാൻ രാത്രിമുഴുവൻ അങ്ങയുടെ കഥകേട്ടിരുന്ന് പുലർച്ചയിൽ വീട്ടിലേക്കു പോകാം. അന്തിക്കു തിരിച്ചു വരാം. അങ്ങ് എല്ലാ ദിവസവും കഥപറയുക."

"സമ്മതിച്ചു." ഭൂതം പറഞ്ഞു: "മുക്കുവാ... നീ എപ്പോഴും ഒരുകാര്യം ഓർമിച്ചിരിക്കണം. കഥ അവസാനിക്കുന്ന ദിവസം ഞാൻ നിന്നെ വിഴു ങ്ങും. സമ്മതമാണോ? ഇല്ലെങ്കിൽ ഇപ്പോഴേ നിന്നെ ഞാൻ വിഴുങ്ങു കയായി."

"സമ്മതിച്ചു. ഞാൻ പോയിവരട്ടെ." മുക്കുവൻ തിടുക്കത്തിൽ എഴുന്നേറ്റു.

"നിൽക്ക്... നിൽക്ക്.. അങ്ങനെ പോയാലോ... നീ തിരിച്ചു വരുമെന്ന് എന്താണുറപ്പ്? നീ അതു പറഞ്ഞില്ലല്ലോ."

"അങ്ങു പറയുന്ന ഉറപ്പ് ഞാൻ പാലിക്കാം.." മുക്കുവൻ ധൈര്യ പൂർവം വാഗ്ദാനം ചെയ്തു.

"കൊള്ളാം." ഭൂതം പുഞ്ചിരിച്ചു താടി തടവി ആലോചനയോടെ ഭൂതം പറഞ്ഞു: "നീ ദിവസവും പുലരും മുമ്പ് നിന്റെ ഒരു കുട്ടിയെ എന്നെ

ഏർപ്പെടുത്തുക. നീ വൈകിട്ട് വരുമ്പോൾ ഞാൻ കുട്ടിയെ വിട്ടു തരാം. കൂടാതെ നിന്റെ കുട്ടിക്ക് ദിവസേന ഒരു സ്വർണനാണയം സമ്മാനമായി നൽകുകയും ചെയ്യാം. അഥവാ നീ വന്നില്ലെങ്കിൽ നീ കുടുംബവുമായി ഉറ ങ്ങുമ്പോൾ നിന്റെ കുടിൽ ഞാൻ തീയിൽ ചാമ്പലാക്കും... സമ്മ തമാണോ?"

"പ്രഭോ... അങ്ങയ്ക്കു മംഗളം.!... ഞാനുടനെ തിരിച്ചു വരും.." മുക്കുവൻ ഭൂതത്തെ വണങ്ങിയിട്ട് ഇരുളിന്റെ കോട്ട കുത്തിത്തുറന്ന് അത്യുത്സാഹത്തോടെ വീട്ടിലേക്കു കുതിച്ചു.

4

സത്യമോ മിഥ്യയോ?

മുക്കുവൻ പരിഭ്രാന്തനായിരുന്നു. അയാൾ തന്റെ കുടിൽ ലക്ഷ്യ മാക്കി വേഗം വേഗം നടക്കുകയാണ്. ഭൂതം പറഞ്ഞത് ശരിയോ? ഒരു ചെറിയ കുടത്തിൽ ഇത്രയും വലിയ ഒരു ഭൂതം ഒളിച്ചിരുന്നു എന്നോ!

നടന്നുകൊണ്ടിരിക്കേ മുക്കുവന്റെ മുന്നിൽ തന്റെ കുടിലിന്റെ ചിത്രം തെളിഞ്ഞുവന്നു: ഓലമേഞ്ഞ ചെറ്റക്കുടിൽ കോലായിൽ തെളിച്ചുവച്ച ചിമ്മിനി വിളക്കിനു ചുറ്റും തലങ്ങും വിലങ്ങും തളർന്നു കിടന്നുറങ്ങുന്ന അർധനഗ്നരായ തന്റെ പൊന്നോമന മക്കൾ. ഇളയകുട്ടിയെ മടിയിൽ വച്ച് കടൽക്കരയിലേക്കു മിഴിനട്ടിരിക്കുന്ന ഭാര്യ. അവളുടെ മുഖം ഒട്ടിയതും ദേഹം ചടച്ചതുമാണെന്ന് അയാൾ കണ്ടു. എത്രയും വേഗം അവരുടെ മുന്നിൽ ഓടിയെത്താൻ അയാളുടെ മനം കൊതിച്ചു. വീട്ടിൽ ചെന്നാലുടനെ മടങ്ങുകയും വേണമല്ലോ എന്ന ചിന്ത അയാളെ അസ്വാസ്ഥ്യപ്പെടുത്തി. അങ്ങനെ ആലോചിച്ചാലോചിച്ച് അയാൾ തന്റെ കുടിലിരുന്ന സ്ഥാനത്തെത്തി, അയാൾ സ്തംഭിച്ചു നിന്നു!......

തന്റെ കുടിലെവിടെ? അയാൾക്ക് തന്റെ കുടിലവിടെ കാണാൻ കഴിഞ്ഞില്ല. കുടിലിന്റെ സ്ഥാനത്ത് അതിരമണീയവും മനോജ്ഞവുമായ ഒരു മണിമാളിക! എത്ര വശ്യസുന്ദരമായ, കൊട്ടാര സദൃശ്യ സൗധം! എന്താണ് താനീ കാണുന്നത്? ആ അതിവിസ്മയദൃശ്യം അയാളെ സ്ത ബ്ധനാക്കി.. ഈ കാണുന്ന വീട് തന്റേതു തന്നെയോ? അത്യാഡംബര പൂർണമായ ഒരു രണ്ടുനില മാളിക! വെളിച്ചത്തിന്റെ വർണ വൈവിധ്യ ത്താൽ കണ്ണഞ്ചുന്ന അത്ഭുതദൃശ്യം! വീടിനു ചുറ്റും ചിത്രപ്പണി ചെയ്ത പൊക്കം കുറഞ്ഞ കരിങ്കൽ മതിൽ. മുകളിൽ ചിത്രാങ്കിത കാസ്റ്റയൺ ഗ്രിൽ. മതിലിന്റെ ചിത്രത്തൂണുകളിൽ നിലാവുപോലെ വെളിച്ചം തൂവുന്ന

മനോജ്ഞ ദീപാലങ്കാരം! കൊട്ടാരസമാനമായ വീടിനു മുന്നിൽ കറുത്ത പെയിന്റടിച്ച ഉഗ്രൻ സ്പ്രിങ് ഗെയ്റ്റ്....

പുരമുറ്റത്ത് വിവിധവർണ പൂന്തോട്ടം.

ആ മണിസൗധത്തിന്, ഓണനിലാവിൽ കുളിച്ചു നിൽക്കുന്ന താജ്മഹലിന്റെ വശ്യമനോഹാരിത!

വാതുക്കൽ പോർട്ടിക്കോവിനോടു ചേർന്നുള്ള കാർപോർച്ചിൽ ഏറ്റവും പുതിയ കാറ്! പുറപ്പെടാൻ ആജ്ഞകാത്തുനിൽക്കുന്ന, വെളുത്ത യൂണിഫോം ധരിച്ച സുമുഖനായ കാർ ഡ്രൈവർ കാറിൽ ചാരി നിൽക്കുന്നു!

ഗെയ്റ്റിനോടു ചേർന്ന് ആഡംബരത്തോടെ നിർമിച്ച കോൺക്രീറ്റ് പട്ടിക്കൂട്ടിൽ ഒരു സങ്കരവർഗ നായ! അവൻ മുക്കുവനെ തിരിച്ചറിഞ്ഞ് നാവുനീട്ടി വാലാട്ടി മുരണ്ട് കുതിച്ചു ചാടി സ്വാഗതം ചെയ്തു!..

മുക്കുവൻ അന്തംവിട്ടു നില്ക്കുകയാണ്.!

ഇല്ല. ഇതു തന്റെ വീടല്ല. താനെന്തിനിവിടെ വന്നു? താൻ പിടിക്കുന്ന മീൻ കയറ്റി അയക്കുന്ന ഷിപ്മെന്റു മുതലാളിയുടെ വീട്ടിൽ വഴിതെറ്റി ചെന്നതാണെന്ന് വിചാരിച്ചയാൾ മടങ്ങിപ്പോകാൻ തുടങ്ങുമ്പോൾ സർവാഭരണഭൂഷിതയായ യുവതി കുതൂഹലത്തോടെ ഓടിവന്ന് മുക്കുവന്റെ കൈപിടിച്ചു പറഞ്ഞു: "നിങ്ങളിങ്ങനെ മിഴിച്ച് നിൽക്കുന്നതെന്തിന്? നിങ്ങൾ നമ്മുടെ വീട്ടിലേക്കു കയറാത്തതെന്ത്? വാ... ഇതുനമ്മുടെ വീടുതന്നാ. സംശയിക്കേണ്ട." അവൾ ഭർത്താവിനെ ആദരവോടെ പിടിച്ചാനയിച്ച് മുന്നോട്ടു നടത്തി. ഉടനെ അവരുടെ മക്കളും ഓടിവന്നു. അവർ വളരെ വിലകൂടിയ വസ്ത്രങ്ങളാണ് ധരിച്ചിരുന്നത്. മുക്കുവന്റെ മുഷിഞ്ഞ വേഷത്തിലും രൂപത്തിലും തെല്ലും സങ്കോചമില്ലാതെ ഭാര്യയും മക്കളും കൂടി അയാളെ ചുറ്റിപ്പിടിച്ച് ബലമായി വീട്ടിനകത്തേക്കാനയിച്ചു.

മുക്കുവന് ഒരു മാറ്റവും വന്നിരുന്നില്ല. കടലിൽമുങ്ങി ഉപ്പുവെള്ളം പുരണ്ട, മുഷിഞ്ഞ വസ്ത്രങ്ങളാണയാൾ ധരിച്ചിരുന്നത്. ദേഹമാകെ ഉപ്പും ചേറും പിടിച്ച് പ്രാകൃതരൂപിയായിരുന്നു അയാൾ.

മനോമോഹിനിയായ ഭാര്യയെ സങ്കോചത്തോടെയാണയാൾ സ്പർശിച്ചത്. മീൻ മണക്കുന്ന തന്റെ കുപ്പായത്തെ ഓർത്തയാൾ അപകർഷത്തിൽ മുങ്ങി.

താനീക്കാണുന്നതെന്ത്? സത്യമോ മിഥ്യയോ? താനേതോ മായാ ലോകത്തെത്തിയപോലെ അയാൾക്കു തോന്നി. അയാളെ പിടിച്ചിരുന്നത് ഭാര്യയാണെങ്കിലും ഒരന്യസ്ത്രീയായേ അയാൾക്കു തോന്നിയുള്ളു. മക്കളുടെ തുടുത്തമുഖവും ഉല്ലാസം നിറഞ്ഞ ചൊടിയും തകർപ്പും തന്റെ മക്കളുടേതാണെന്ന് വിശ്വസിക്കാൻ മുക്കുവനു കഴിഞ്ഞില്ല. തന്റെ ഭാര്യ യും മക്കളും സങ്കോചമെന്യേ പെരുമാറിയിട്ടും അവരെ സ്പർശിക്കാൻ മടിച്ച് അറച്ചറച്ച് പിന്നോക്കം മാറിപ്പോയതേയുള്ളു അയാൾ. ആ സമൃ ദ്ധിയുടെ ധാരാളിത്ത പ്രകടനത്തോട് ഒരു കണികപോലും പൊരു

ത്തപ്പെടാൻ അയാൾക്ക് മനസുവന്നില്ല.. അത്ഭുതകരവും വിചിത്രവുമായ
ഈ പരിണാമത്തോടെങ്ങനെ പൊരുത്തപ്പെടണമെന്നയാൾക്ക് നിശ്ച
യമുണ്ടായിരുന്നില്ല. അയാൾ തികച്ചും നിസ്സഹായതയുടെ ഏകാന്ത
തുരുത്തിൽ തടവുകാരനാക്കപ്പെട്ടിരുന്നു. ഈ അതുല്യ പ്രഹേളികയോട്
മുക്കുവന്റെ ദരിദ്രആസ്തിത്വത്തിന് ഒരിക്കലും യോജിക്കാൻ കഴിഞ്ഞില്ല.

ഏതോ ഒരു കോടീശ്വരന്റെ രമ്യഹർമത്തിനു മുന്നിൽ താൻ പിടിച്ച മീൻ വിൽക്കാൻ ചെന്നു നിൽക്കുന്ന രു മുക്കുവന്റെ മാനസികാധമത്വ മായിരുന്നു അയാൾക്ക്. ആ ഗ്രാനൈറ്റ് പാകിയ തറയിൽ തന്റെ അഴുക്കു പുരണ്ട പാദങ്ങൾ വെയ്ക്കാൻ അയാൾ അറച്ചു. കണ്ണാടിപോലെ തിള ങ്ങുന്ന തറയിൽ തെളിഞ്ഞു പതിഞ്ഞ തന്റെ നിഴൽരൂപം എത്രവികൃ തമെന്നു കണ്ടയാൾ ഞെട്ടി.!...

അടുക്കളയിൽ പാചകം ചെയ്യുന്ന വിഭവസമൃദ്ധമായ തീറ്റസാധ നങ്ങളുടെ വശീകരണസുഗന്ധം അയാൾക്ക് അരോചകമായി തോന്നി. തന്റെ ചാളക്കുടിലിലെ അടുപ്പിൽ ചുട്ടെടുക്കുന്ന മീനിന്റെ ശവഗന്ധത്തിനു വേണ്ടി അയാൾ മൂക്കു വിടർത്തി... എവിടെ... തന്റെ ചാളക്കുടിലിലെവിടെ!...

അയാളുടെ ഭാര്യയും മക്കളും കഠിനശ്രമം ചെയ്തിട്ടും അയാൾ വീട്ടിനകത്തേക്കു കയറാൻ തയ്യാറായില്ല.

"അല്ലേ... നിങ്ങളെന്താ ഇങ്ങനെ... തുറിച്ചും പകച്ചും നോക്കുന്നേ..." മുക്കുവന്റെ ഭാര്യ അയാളെ തഴുകി ചോദിച്ചു. അവൾ തുടർന്നു: "നിങ്ങളിത്രേം താമസിച്ചതെന്താ? നിങ്ങളെ ഉടനെ കൂട്ടിക്കൊണ്ടു വരാൻ കാറയക്കാൻ പോവുകയായിരുന്നു ഞാൻ." ഭാര്യ കൊഞ്ചലോടെ അയാളെ പ്രലോഭി പ്പിച്ചു.

മുക്കുവൻ ഭാര്യയെ ശ്രദ്ധിച്ചതേയില്ല. അഥവാ അവരുടെ സാന്നിധ്യം അയാൾക്ക് അരോചകമായിരുന്നു. ഭാര്യ പെട്ടെന്ന് അകത്തേക്കോടി പ്പോയി പുതിയ വസ്ത്രങ്ങളുമായി വന്ന് അയാളെ വസ്ത്രങ്ങൾ ധരിപ്പി ക്കുവാൻ ശ്രമിച്ചു. അയാൾ വഴങ്ങിയില്ല.

പുരമുറ്റത്തു നിന്ന് അകത്തേക്കു നോക്കാൻ അയാൾ ഭയന്നു. ഒരു ദിവസം കൊണ്ടിങ്ങനെയൊക്കെ സംഭവിക്കുമോ? അയാൾ വിരക്തമന സോടെ ഭാര്യയുടെയും മക്കളുടെയും പിടിവിടുവിച്ച് പുറത്തേക്കു നട ക്കാനാരംഭിച്ചു.

ഭാര്യ അയാളെ തടഞ്ഞുവച്ചു.

"ഈ സൗഭാഗ്യങ്ങളൊക്കെ ഉപേക്ഷിച്ച് പോകുകയാണോ നിങ്ങൾ?" അവൾ മുന്നിൽ വന്നു നിന്ന് മുഖം കനപ്പിച്ച് ചോദിച്ചു.

"ഉവ്വ്... ഈ സൗഭാഗ്യങ്ങൾ എന്നെ പേടിപ്പെടുത്തുന്നു. നീ എന്റെ ഭാര്യയാണെന്നോ ഇവർ എന്റെ മക്കളാണെന്നോ എനിക്കു വിശ്വസി ക്കാൻ കഴിയുന്നില്ല. നിങ്ങൾക്കു നിർബന്ധമാണെങ്കിൽ വരൂ നമ്മുടെ പഴയ കുടിലിലേക്കു പോകാം... എനിക്കു നിങ്ങൾക്കൊപ്പം ചേരാനാവില്ല." മുക്കുവൻ ഉറക്കെ പ്രഖ്യാപിച്ചു.

"യ്യോ... താ... നിങ്ങളീ പറേന്നത്?" ഭാര്യ പരിഭ്രമത്തോടെ ആരാഞ്ഞു: "നിങ്ങൾക്കു ഭ്രാന്താണോ മനുഷ്യാ.... ഞങ്ങൾ ആ ചാളക്കുടിലിലേക്കു വരണമെന്നോ!.. നിങ്ങൾക്കെന്തു പറ്റി... നിങ്ങൾ വിഡ്ഢിത്തം പറയാതെ... വാ നമുക്കീ സൗഭാഗ്യ സമൃദ്ധിയിൽ ഉല്ലസിക്കാം... വേഗം അകത്തെ ബാത്ത് റൂമിൽ പോയി കുളിച്ചുവാ.. എന്നിട്ട് നല്ല വസ്ത്രം

ധരിക്ക്... എത്രമാത്രം ധനമാണ് നമ്മുടെ വീട്ടിൽ കുന്നു കൂടിയിരിക്കുന്നത്... നിങ്ങളിങ്ങനെ അന്യനെപ്പോലെ നോക്കിനിന്നാലെങ്ങനാ? നമ്മുടെ വേലക്കാരെന്തുവിചാരിക്കും.!...”

“ഞാനിതൊന്നും വിശ്വസിക്കുകയില്ല. ഈ ആഡംബരജീവിതം എന്റെ സ്വപ്നമോ വ്യാമോഹമോ പോലുമല്ല. എന്നെപ്പോലെ എത്രായിരം മുക്കുവരാണ് കടപ്പുറത്തുള്ളത്....! അവർക്കില്ലാത്ത ഈ മണിമന്ദിരം എനിക്കാവശ്യമില്ല. അല്ലെങ്കിൽതന്നെ ഒരു ദിവസം കൊണ്ടൊരു മണി സൗധമുണ്ടാവുമോ... വീടുനിറയെ സ്വർണനാണയമുണ്ടാവുമെന്നും ഞാനെങ്ങനെ വിശ്വസിക്കും? ഒരു മുക്കുവൻ ഒരായുസുമുഴുവൻ വേല ചെയ്താലും ഇങ്ങനെ ആവില്ല. നിങ്ങൾ എന്റെ ആരെങ്കിലുമാണെങ്കിൽ എനിക്കൊപ്പം വരിക. സ്തീകളും കുട്ടികളും ഏതു പരിതഃസ്ഥിതിയോടും വേഗം ഇണങ്ങിച്ചേരും. എനിക്കതിനാവില്ല...... ഞാൻ പോവുകയാണ്..” മുക്കുവൻ ഭാര്യയെയും കുട്ടികളെയും കാക്കാതെ തിരിഞ്ഞു നടന്നു. ഭാര്യയും കുട്ടികളും അയാളെ പിൻതുടർന്നതേയില്ല. അയാൾ വിട്ടു പോവുന്നതിൽ ഒരു ക്ലേശവും അവരിൽ ദൃശ്യമായില്ല.! അയാൾ ഒരി ക്കൽപ്പോലും തിരിഞ്ഞുനോക്കിയുമില്ല. ഒരന്യനെ യാത്രയാക്കിയ നി സ്സംഗതയോടെ, അമ്മയും മക്കളും ആ സമൃദ്ധിയുടെ ധാരാളിത്തത്തിലേക്കു മടങ്ങിപ്പോയി.!....

5

ബന്ധങ്ങളുടെ അർഥശൂന്യത

ആ മണിസൗധത്തിന്റെ കവാടം താണ്ടി ഒരു ഭ്രാന്തനെപ്പോലെ മുക്കുവൻ മുന്നോട്ടു കുതിക്കുകയായിരുന്നു. തന്റെ പിന്നിൽ നിലാവു പോലെ ശാലീനശോഭതൂവി നിൽ ക്കുന്ന, ആ വിസ്മയ പ്രഹേളികയി ലേക്ക് ഒരിക്കൽപ്പോലും മുക്കുവൻ തിരിഞ്ഞു നോക്കിയില്ല. ഭാര്യയോടും മക്കളോടുമുള്ള അടങ്ങാത്ത സ്നേ ഹവും കാരുണ്യവും പ്രതിബദ്ധത യും അയാളിൽനിന്നു നിശ്ശേഷം മാഞ്ഞു പോയിരുന്നു. ധനപ്രമത്ത തയിൽ അവർ തന്നെ അന്യനാക്കി എന്ന വ്യഥ മുക്കുവനെ വല്ലാതെ അലട്ടിക്കൊണ്ടിരുന്നു.!

ഇച്ഛാഭംഗവും അപകർഷതാ ബോധവും അയാളുടെ സിരകളിൽ നുരച്ചു കയറി അയാളെ അസ്വസ്ഥ നാക്കി. എത്ര ആലോചിച്ചിട്ടും ഈ മറിമായത്തിന്റെ രഹസ്യം അയാൾ ക്കു തിരിച്ചറിയാനായില്ല. അരോചക സമൃദ്ധമായ ഒരനാഥത്വം അയാളെ ബാധിച്ചിരുന്നു. തന്റെ ഈ അന്യധ ത്വത്തോട് കൂട്ടുചേരാൻ, ആ സീമയറ്റ സൗഭാഗ്യങ്ങളെ ഉപേക്ഷിച്ചുപോ

രാൻ തന്റെ ഭാര്യയും മക്കളും തയാറായില്ലല്ലോ എന്ന നഷ്ടബോധം മുക്കുവനെ അലോസരപ്പെടുത്തിക്കൊണ്ടിരുന്നു.!

അറുത്തുനീക്കാൻ വയ്യാത്ത കടപ്പാടോടും കാരുണ്യത്തോടുംകൂടി യാണയാൾ ഭൂതത്തിന്റെ സമ്മതം വാങ്ങി വീട്ടിലേക്കു തിരിച്ചത്. എന്നാൽ താൻ തിരിച്ചുപോന്നത് നിറഞ്ഞ നിർജീവത്വവും ജഡസമാനശീതാവ സ്ഥയും പേറിക്കൊണ്ടാണെന്ന് മുക്കുവൻ തിരിച്ചറിഞ്ഞു. സുഖസമൃ ദ്ധിയോടുള്ള അന്ധമായ അഭിനിവേശം തന്റെ ഭാര്യയെയും മക്കളെയും സ്വാർഥരാക്കി എന്നു മുക്കുവൻ കണ്ടു. ഹൃദയബന്ധങ്ങളുടെ ശൃംഖല ധനത്തിന്റെ വാളിനാൽ നിർദയം വെട്ടിയകറ്റിയ അനുഭവം മുക്കുവന്റെ നിഷ്കളങ്കതയിൽ സൂചിമുനകളായി തറച്ചുകയറി അയാളെ പീഡിപ്പിച്ചു.

ഈ പൊരുത്തക്കേടിൽ നിന്നുള്ള മോചനം ഭൂതത്തിന്റെ ശാപ മോക്ഷമായി പര്യവസാനിക്കട്ടെ എന്നാശിച്ചുകൊണ്ട് മുക്കുവൻ ഭൂത ത്തിന്റെ ചാരത്തേക്ക് പായുകയായിരുന്നു. തനിക്കിനി എങ്ങും താവളമില്ല. തണലുകളില്ല. സാന്ത്വനിപ്പിക്കാനാരുമില്ല. എവിടെയും ശൂന്യതമാത്രം!... ഹൃദയം തകർക്കുന്ന ദുഃഖസാഗരം മനസിലടക്കി, ഓടിത്തളർന്നും പകച്ചും കിതച്ചുമാണയാൾ ഭൂതത്തിന്റെ മുന്നിലെത്തിയത്. മുക്കുവൻ വിടർന്ന മിഴികളോടെ ഭൂതത്തെ നോക്കി കൈകൂപ്പി വിറച്ചു വിഷമിച്ചു നിന്നു!...

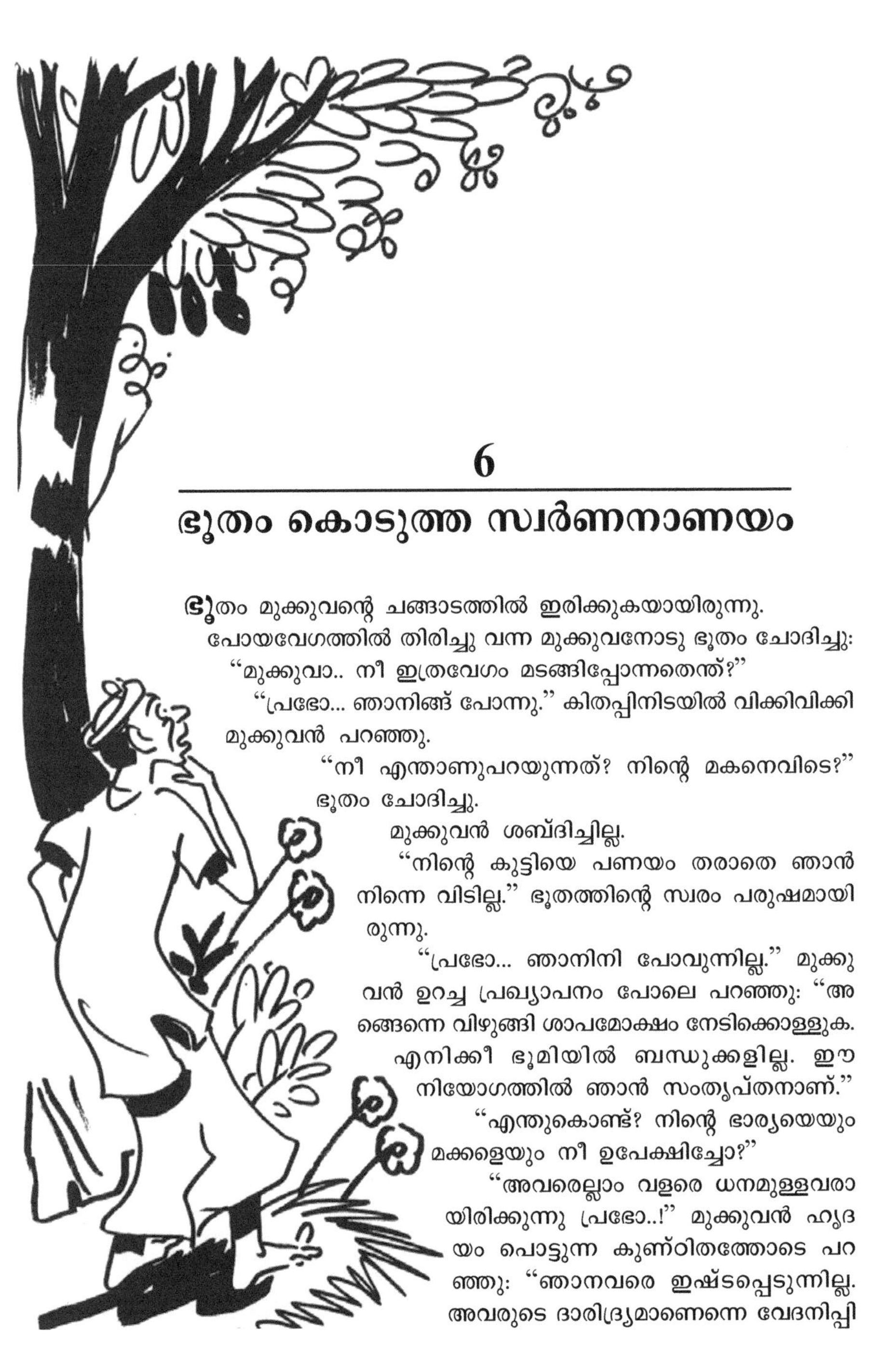

6

ഭൂതം കൊടുത്ത സ്വർണനാണയം

ഭൂതം മുക്കുവന്റെ ചങ്ങാടത്തിൽ ഇരിക്കുകയായിരുന്നു.

പോയവേഗത്തിൽ തിരിച്ചു വന്ന മുക്കുവനോടു ഭൂതം ചോദിച്ചു:

"മുക്കുവാ.. നീ ഇത്രവേഗം മടങ്ങിപ്പോന്നതെന്ത്?"

"പ്രഭോ... ഞാനിങ്ങ് പോന്നു." കിതപ്പിനിടയിൽ വിക്കിവിക്കി മുക്കുവൻ പറഞ്ഞു.

"നീ എന്താണുപറയുന്നത്? നിന്റെ മകനെവിടെ?" ഭൂതം ചോദിച്ചു.

മുക്കുവൻ ശബ്ദിച്ചില്ല.

"നിന്റെ കുട്ടിയെ പണയം തരാതെ ഞാൻ നിന്നെ വിടില്ല." ഭൂതത്തിന്റെ സ്വരം പരുഷമായിരുന്നു.

"പ്രഭോ... ഞാനിനി പോവുന്നില്ല." മുക്കുവൻ ഉറച്ച പ്രഖ്യാപനം പോലെ പറഞ്ഞു: "അങ്ങനെ വിഴുങ്ങി ശാപമോക്ഷം നേടിക്കൊള്ളുക. എനിക്കീ ഭൂമിയിൽ ബന്ധുക്കളില്ല. ഈ നിയോഗത്തിൽ ഞാൻ സംതൃപ്തനാണ്."

"എന്തുകൊണ്ട്? നിന്റെ ഭാര്യയെയും മക്കളെയും നീ ഉപേക്ഷിച്ചോ?"

"അവരെല്ലാം വളരെ ധനമുള്ളവരായിരിക്കുന്നു പ്രഭോ..!" മുക്കുവൻ ഹൃദയം പൊട്ടുന്ന കുണ്ഠിതത്തോടെ പറഞ്ഞു: "ഞാനവരെ ഇഷ്ടപ്പെടുന്നില്ല. അവരുടെ ദാരിദ്ര്യമാണെന്നെ വേദനിപ്പി

ച്ചിരുന്നത്. ഇനി അവരെപ്പറ്റി എനിക്ക് ദു:ഖി
ക്കേണ്ടതില്ല.”

“ഹ... ഹ...” ഭൂതം ഉറക്കെ ചിരിച്ചു....
“ഹേ.. മുക്കുവാ... നീ കേൾക്കുക:” ഭൂതം
ചിരിയടക്കി സ്ഫുടമായി പറഞ്ഞു: “മു
ക്കുവാ... നീയാണ് ഉത്തമ മനുഷ്യൻ!...
നിന്നെ ഞാനെത്ര ഇഷ്ടപ്പെടുന്നു
എന്നോ.!.. നീ ഉത്തമനാണോ എന്ന
റിയാൻ ധനത്തിന്റെ മഹാപ്രപഞ്ചം
കാട്ടി നിന്നെ ഞാൻ വിഭ്രമിപ്പിക്കു
കയായിരുന്നു. നീ ഒരു വെറും
മുക്കുവനെന്നേ ഞാൻ കരുതി
യുള്ളു. അന്നോടന്ന് വേലചെ
യ്തു ജീവിക്കുന്ന നിർധനനായ
നീ അതിമോഹത്തിൽ മുങ്ങി
വരാതിരിക്കുമോയെന്നു ഞാൻ
നിന്നെ പരീക്ഷിക്കുകയായി
രുന്നു. നിന്റെ വീട്ടിൽ കണ്ട
തൊക്കെ വെറും മിഥ്യയായി
രുന്നു.” ഭൂതം കൗതുകത്തോ
ടെ മുക്കുവനെ നോക്കി.

മുക്കുവൻ സ്തബ്ധ
നായി നിൽക്കുകയാണ്.

ഭൂതം തുടർന്നു: “ധന
മോഹികളാണ് മനുഷ്യർ.
ധനം കുന്നു കൂടിയാൽ
അവർക്കു ഭ്രാന്തുപിടിക്കു
കയായി.. നീ വെറും ഒരു മുക്കുവനായതുകൊണ്ട്, അപകർഷത്തിൽപ്പെട്ട്
ഭയന്ന് നീ പിന്മാറുകയായിരുന്നു. എന്നാൽ നിന്റെ ഭാര്യയും മക്കളും
നിന്നെ പിന്തുടർന്നില്ല. ധനാർത്തി അതുല്യ ബന്ധപാശങ്ങളെപോലും
മുറിച്ചു തള്ളുമെന്നു നീ പഠിച്ചില്ലേ? തന്നെയുമല്ല, ഈ പ്രകൃതി നിയമം
പോലെ എല്ലാറ്റിനും ഒരു ക്രമമുണ്ട്.. കണ്ണടച്ചു തുറക്കുന്ന നിമിഷം
കൊണ്ടാർക്കും ധനവാനോ യശ:സ്വിയോ ആകാനാവില്ല. ഈ ക്രമത്തിനു
വിരുദ്ധമായതിലൊക്കെ കളങ്കമുണ്ടാവുമെന്നു നീ കണ്ടില്ലേ മുക്കുവാ?...
ഇനി നീ മടിക്കേണ്ട.... നീ വീട്ടിലേക്കു പോവുക. നാളെ അന്തിക്കു നീ
കുട്ടിയുമായി തിരിച്ചെത്തണം....” ഭൂതം പറഞ്ഞിട്ട് മുക്കുവന്റെ ഭാവം
ശ്രദ്ധിച്ചു തുടർന്നു: “മുക്കുവാ ദിവസവും ഞാൻ നിനക്കു തരാമെന്നു
വാഗ്ദാനം ചെയ്ത സ്വർണനാണയങ്ങളിലൊന്ന് ഞാനിപ്പോൾ തരുന്നു.”

ഭൂതം ഒരു സ്വർണനാണയം തന്റെ പോക്കറ്റിൽ നിന്നെടുത്ത് മു
ക്കുവന്റെ കൈകളിലേക്കിട്ടു കൊടുത്തു.

തന്റെ കൈവെള്ളയിൽ പതിച്ച ജ്വാലാപൂർണമായ സ്വർണനാണ യത്തിന്റെ അത്ഭുതപ്രഭയിൽ മുക്കുവന്റെ കണ്ണഞ്ചിപ്പോയി! മുക്കുവൻ അത്ത്യാദരപൂർവം നാണയം എടുത്തുയർത്തി നെറ്റിയിൽ മുട്ടിച്ച് കടലെ മ്മയ്ക്കു നന്ദിപറഞ്ഞു.

"പ്രഭോ... നന്ദി!... ഞാൻ പറഞ്ഞതുപോലെ വന്നെത്താം..." മുക്കു വൻ സംതൃപ്തനായിരുന്നു. അയാൾ അത്യുത്സാഹത്തോടെ വീട്ടിലേക്കു കുതിച്ചു.

രാത്രി വളരെ അധികരിച്ചിരുന്നതു കൊണ്ട് അയാൾ ഓടുകയായി രുന്നു. വളരെ അകലെവെച്ചേ അയാൾ തന്റെ കുടിൽ കണ്ടു. അതാ, ചെറ്റയുടെ കോലായിൽ മണ്ണെണ്ണ ചിമ്മിനി കണ്ണുചിമ്മുന്നു. വിളക്കിനു മുന്നിൽ അച്ഛനെ കാത്തിരിക്കുന്ന മക്കളെ അയാൾ കണ്ടു. അയാൾ ആഹ്ലാദാഭിനിവേശത്തോടെ ഓടിച്ചെന്ന് മക്കളെ വാരിപ്പിടിച്ചു മുത്തം വെച്ചു.

"നിങ്ങളെന്തേ ഇത്രേം വൈക്യേ...?" ഭാര്യ കനിവോടെ, ആദരവോടെ അയാളെ തഴുകി ആരാഞ്ഞു. ഭാര്യയുടെ ഒത്തിരി ചോദ്യങ്ങൾ അയാൾ കേട്ടു. ഒന്നിനും ഉടനെ അയാൾ മറുപടി പറഞ്ഞില്ല. കൊട്ടാരത്തിലെ ഭാര്യയും കുടിലിലെ ഭാര്യയും എങ്ങനെ എന്നയാൾ വിസ്മയത്തോടെ താരതമ്യം ചെയ്യുകയായിരുന്നു. അൽപ്പം വിശ്രമിച്ചിട്ട് നിറഞ്ഞ സ്നേ ഹവായ്പോടെ ഉണ്ടായ സംഭവങ്ങളൊക്കെ അയാൾ ഭാര്യയെ ധരിപ്പിച്ചു.

"നമുക്കീ സ്വർണനാണയം വിറ്റ് അരിവാങ്ങാം....." എന്നു പറഞ്ഞു കൊണ്ടയാൾ സ്വർണനാണയം ഭാര്യയുടെ കൈയിലേക്കു കൊടുത്തു. ഭാര്യ നാണയം കൈയിലെടുത്ത് തിരിച്ചും മറച്ചും നോക്കി. തങ്ങളുടെ ചാളക്കുടിലിലേക്ക് സ്വർണനാണയത്തിന്റെ രൂപത്തിൽ ഭാഗ്യം കടന്നു വരികയാണെന്ന് അവൾ വിശ്വസിച്ചു.

"ദാ... കേട്ടില്ലേ..." കുടിലിന്റെ കോലായിൽ സ്വപ്നത്തിൽ മുഴുകി യിരുന്ന ഭർത്താവിനോട് മുക്കുവസ്ത്രീ ചോദിച്ചു: "നാം ദരിദ്രന്മാരല്ലേ ഈ സ്വർണനാണയം വിൽക്കാൻ നമ്മള് ചന്തയിൽ ചെന്നാൽ നിയമ പാലകർ നമ്മെ പിടിക്കുകയില്ലേ? എങ്ങനെ ഇതുവിറ്റു പണമാക്കും?"

അതേ. ശരിതന്നെ. ഇവൾ ബുദ്ധിമതി തന്നെ. ദരിദ്രന് സ്വർണ നാണയം എവിടെ നിന്നു കിട്ടി? ഭൂതം തന്നു എന്നു പറഞ്ഞാൽ ആരെങ്കിലും വിശ്വസിക്കുമോ?

"എന്തുചെയ്യും?" മുക്കുവൻ ഭാര്യയെനോക്കി.

സമയം വളരെ രാത്രിയായിക്കഴിഞ്ഞു. മക്കൾ വിശന്നു തളർന്നുറ ക്കമായി. രാത്രി എന്തായാലും സ്വർണനാണയം വിൽക്കാനാവില്ല. എന്തു ചെയ്യും? അവർ ഉറക്കമിളച്ചിരുന്നു ആലോചിച്ചു. മുക്കുവനും മുക്കുവത്തി യുമായി ചെന്നാൽ സ്വർണനാണയം വിൽക്കാനാവില്ല. കടക്കാർ സംശ യിക്കും..... പിന്നെ?

7
സ്വർണവ്യാപാരിയുടെ വഞ്ചന

നേരം പുലരാറായപ്പോൾ മുക്കുവൻ ഭാര്യയെ വിളിച്ചു പറഞ്ഞു: "നീ അയലത്തെ അലക്കുകാരന്റെ പക്കൽ നിന്ന് നമുക്കുപറ്റിയ നല്ല വസ്ത്രങ്ങൾ വാടകയ്ക്കു വാങ്ങണം. നമുക്ക് നല്ല വസ്ത്രം ധരിച്ച് മാന്യന്മാരായി ചന്തയിൽ ചെന്ന് സ്വർണനാണയം വിൽക്കാം...."

"കൊള്ളാം നല്ല ബുദ്ധി.!.." ഭാര്യ അയാളെ അഭിനന്ദിച്ചു.

അവർ പുലർച്ചയ്ക്കുതന്നെ കുളിയും തേവാരവും കഴിഞ്ഞ് അയല ത്തുനിന്നു വാങ്ങിയ വസ്ത്രങ്ങളും ധരിച്ച് രണ്ടാളും പട്ടണത്തിലേക്കു പുറപ്പെട്ടു.

അവർ പട്ടണത്തിലെത്തി ഒരു സ്വർണവ്യാപാരിയെ സ്വർണ നാണയം കാണിച്ചു. സ്വർണ്ണവ്യാപാരി നാണയം പരിശോധിച്ചിട്ട് മുക്കു വനെയും ഭാര്യയെയും സംശയിച്ച് നോക്കി ചോദിച്ചു: "ഇതെവിടെന്നു കിട്ടി?"

"ഇതോ!... ഇത്..." മുക്കുവൻ പകച്ചു. ഒടുവിൽ അയാൾ പറഞ്ഞു: "ഞങ്ങൾ ആയിരം വെള്ളിപ്പണത്തിനു വാങ്ങിയതാണ്...."

"ഇതിന് ആയിരം വെള്ളിപ്പണം കൊടുത്തെന്നോ!.... ഇതു സ്വർ ണ്ണമല്ല... വെറും മുക്കുപണ്ടം!..." നാണയം തിരിച്ചും മറിച്ചും നോക്കിയിട്ട് വ്യാപാരി തുടർന്നു: "ആ വെള്ളിക്കച്ചവടക്കാരൻ നിങ്ങളെപറ്റിച്ചതാണ്. മുക്കുപണ്ടവുമായി വന്ന് എന്നെ പറ്റിക്കാൻ ശ്രമിച്ച നിങ്ങളെ ഞാൻ നിയമപാലകരെ ഏൽപ്പിക്കും.. വിശ്വാസവഞ്ചനയ്ക്ക് ശിക്ഷയും വാങ്ങും. എന്തുവേണം?" വ്യാപാരി ഭീഷണിപ്പെടുത്തി.

നല്ലവസ്ത്രം ധരിച്ചിരുന്നെങ്കിലും അവർ പ്രാകൃതരും ദരിദ്രരും അജ്ഞരുമാണെന്ന് സ്വർണവ്യാപാരി മനസിലാക്കി. അതുകൊണ്ട് അവരുടെ അജ്ഞതയെയും അധൈര്യത്തെയും ചൂഷണം ചെയ്യുകയാ

യിരുന്നു വ്യാപാരി.

"യജമാനനേ.... സ്വർണനാണയം തിരിച്ചുതന്നാൽ ഞങ്ങൾ പൊയ് ക്കൊള്ളാം." മുക്കുവൻ വിനീതനായി അപേക്ഷിച്ചു.

"എന്ത്?... കള്ളനാണയം തന്ന് പറ്റിക്കാൻ ശ്രമിച്ച നിങ്ങളെ വെറുതേവിടാനോ... പോകുന്നോ അതോ പോലീസിലേൽപിക്കണോ?..."

സ്വർണവ്യാപാരിയുടെ ഭീഷണിയിൽ അവർ വിരണ്ടുപോയി! സ്വർണവ്യപാരി അവരെ പറ്റിക്കയാണെന്ന് ബോധ്യപ്പെട്ടെങ്കിലും എതിർ ത്തുനിൽക്കാനുള്ള ആത്മബലമില്ലാതിരുന്നതുകൊണ്ട് അവർ ഒന്നും മിണ്ടാതെ മടങ്ങിപ്പോയി.

ഒരു പ്രവൃത്തിയിൽ വിജയിക്കാൻ നല്ല വസ്ത്രം പോരെന്നും നല്ല ശരീരഭംഗിയും ഭാവവും അറിവും വിവേകവും ബുദ്ധിയും നല്ല സംസാരവും ആവശ്യമാണെന്നും അവർ തിരിച്ചറിഞ്ഞു.

മുക്കുവനും ഭാര്യയും നിരാശരായി വെറുംകൈയോടെ കുടിലി ലെത്തി.

അവർക്കാകെയുണ്ടായിരുന്ന ഒരു ചെമ്പുപാത്രം പണയം വെച്ച് വാട കയ്ക്കുവാങ്ങിയ വസ്ത്രത്തിന്റെ വാടകകൊടുത്തു. ബാക്കികൊണ്ടവർ അഷ്ടിക്കുള്ള വക ഒപ്പിച്ചു.

നേരം പുലരാറായി. മുക്കുവൻ ഭൂതത്തിന്റെ ചാരത്തേക്കുപോകാൻ തയ്യാറായി.

8

ഭൂതത്തിന്റെ വരദാനം

ഇരുൾ മാഞ്ഞുകൊണ്ടിരുന്നു. മുക്കുവൻ മകനുമായി കടപ്പുറ ത്തേക്കു നടന്നു. അയാൾ ദു:ഖിതനും നിരാശനും മൂകനുമായിരുന്നു. കുട്ടിയെ കൈപിടിച്ചുകൊണ്ട് കടപ്പുറം ലക്ഷ്യമാക്കി വേഗം നടക്കു കയായിരുന്നു അയാൾ.

സൂര്യൻ ഇനിയും ഉദിച്ചിരുന്നില്ല. എങ്കിലും പുലരിയുടെ പ്രകാശവീ ചികൾ പാറിവീണുകൊണ്ടിരുന്നു.. സ്വർണവ്യാപാരിയുടെ വഞ്ചന യോടെതിർക്കാൻ കഴിയാതിരുന്നതിന്റെ നിസ്സഹായതനിറഞ്ഞ നിരാശ മുക്കുവന്റെ മനസിൽ കടുത്ത സംഘർഷത്തിന്റെ തിരകളുയർത്തി യിരുന്നു. ഭൂതത്തോടോ സ്വർണവ്യാപാരിയോടോ ആരോടാണു തന്റെ കോപമെന്ന് മുക്കുവന് വിവേചിച്ചറിയാൻ കഴിഞ്ഞില്ല. വഞ്ചിക്കപ്പെട്ടവന്റെ പകത്തീയിൽ അയാൾ വെന്തു നീറുകയായിരുന്നു. അതുകൊണ്ട് താനെത്രവേഗത്തിലാണ് നടക്കുന്നതെന്നും കുഞ്ഞിന് തന്നെ പിന്തുടരാ നാവില്ലെന്നും അയാൾ ചിന്തിച്ചില്ല. കുട്ടി അയാൾക്കൊപ്പം നടന്നെത്താൻ പാടുപെടുന്നുണ്ടായിരുന്നു.

മുക്കുവന്റെ വിറകൊള്ളുന്ന അധരങ്ങളും ചടച്ച മുഖവും ദേഹവും ഇടവിട്ടുവളർന്നു നീണ്ട ഊശാൻതാടിയും തീപാറുന്ന മിഴികളും തന്റെ മുന്നിൽ പെടുന്നയാളെ ചുട്ടെരിക്കാൻപോന്ന ക്രുദ്ധഭാവം നൽകിയിരുന്നു.

കുലത്തൊഴിൽപോലെ പൈതൃകമായിക്കിട്ടിയ അജ്ഞതമൂലം താൻ വഞ്ചിക്കപ്പെട്ടതിലുള്ള ഇച്ഛാഭംഗത്തിന്റെ ആഘാതം താങ്ങാനാവാതെ തന്റെ ഹൃദയം പൊട്ടിക്കീറുമോ എന്നയാൾ ഭയന്നു.

മുക്കുവനെ ആകലെവെച്ചേ ഭൂതം കണ്ടു. അതേ, ഈ മുക്കുവൻ സാധുവും നിഷ്കളങ്കനുമാണ്. അവൻ വാക്കുപാലിച്ചു. പണയമായി മകനെ കൊണ്ടുവന്നിരിക്കുന്നു!. എന്നാൽ മുക്കുവന്റെ മുഖം പ്രസന്നമ ല്ലെന്ന് ഭൂതം മനസിലാക്കി.

മുക്കുവൻ ഭൂതത്തിന്റെ മുന്നിലെത്തി അക്ഷോഭ്യനായി പറഞ്ഞു.:

"പ്രഭോ... ഈ മകനെ ഏറ്റെടുക്കുക. കടലമ്മ സത്യത്തിന്റെ സാക്ഷി യാണ്. കടലമ്മയെ വഞ്ചിച്ചാൽ പിന്നെ മുക്കുവനു ജീവിതമില്ല. എന്നാൽ മുക്കുവനെ ആർക്കും വഞ്ചിക്കാം!... അവൻ അജ്ഞനും അധ്വാനം വിറ്റ് അന്നോടന്ന് കഴിയുന്നവനുമായതുകൊണ്ട്...." മുക്കുവൻ ഇടയ്ക്കു നിർത്തി. മുക്കുവൻ വികാരഭരിതനായിരുന്നു.

"ഹേ... മുക്കുവാ... നീ വല്ലാതെ കോപിഷ്ഠനായിരിക്കുന്നല്ലോ... എന്താ ചങ്ങാതീ ... നീ സ്വർണ്ണനാണയം വിറ്റില്ലേ.?"

മുക്കുവൻ അതുവരെയുണ്ടായ സംഭവങ്ങൾ വിവരിച്ചു പറഞ്ഞു.

"മുക്കുവാ..." ഭൂതം പറഞ്ഞു: "പാത്രമറിഞ്ഞു ഭിക്ഷകൊടുക്കണ മെന്നാണ് പ്രമാണം. നിനക്കുഞാൻ മണിമാളികയും സമ്പത്തും തന്നു. നിക്കത് ഉപകരിച്ചില്ല. എങ്കിലും ദിവസവും ഓരോ സ്വർണ്ണനാണയം തന്നു നിന്നെ രക്ഷപ്പെടുത്താമെന്നാണു ഞാൻ വിചാരിച്ചത്. അതും നിന്നെ സഹായിച്ചില്ല. ധനവാനായ സ്വർണ്ണവ്യാപാരിയുടെ വഞ്ചന നിഷ്ക്ക ളങ്കനും ബുദ്ധിഹീനനുമായ നിനക്ക് മനസ്സിലാക്കാൻ കഴിഞ്ഞില്ല. കളവു നടത്തിയോ ചൂഷണം ചെയ്തോ അല്ലാതെ ആർക്കും ധനവാനാവാനാ വില്ല. അതുകൊണ്ട് ഞാൻ നിക്കൊരു മഹാധനം തരാം. നിന്റെ മകന് വിദ്യനൽകി ഞാനവനെ യശ:സ്വിയാക്കാം. ഈ കുട്ടി ഇപ്പോൾ മുതൽ പരിശ്രമിച്ചാൽ നിനക്കും നിന്റെ കുടുബത്തിനും അതു നന്മവരുത്തും."

"അവിടത്തെ ഇഷ്ടം..." മുക്കുവൻ താണുവണങ്ങി അറിയിച്ചു.

"മുക്കുവാ രാത്രി മാത്രമേ ഞാൻ നിനക്കു പ്രത്യ ക്ഷപ്പെടൂ" ഭൂതം വിശദീകരിച്ചു.: "പകൽ ഞാൻ അദൃശ്യ നായിരിക്കും. അതുകൊണ്ട് നീ പകൽ മുഴുവൻ കടലിൽ പണിയെടുക്കുക. നിനക്കു ധാരാളം മത്സ്യം കിട്ടും. അന്തിയാ

വുമ്പോഴ് ഇവിടെ എത്തുക, അപ്പോൾ ഞാൻ മകനെ മോചിപ്പിക്കാം.”

“ഉവ്വ്... സമ്മതം.” മുക്കുവൻ അത്യാദരവോടെ മൊഴിഞ്ഞു.

നേരം പുലർന്നു.

കുട്ടിയും ഭൂതവും അപ്രത്യക്ഷമായി.

മുക്കുവൻ ഒട്ടും സമയം കളയാതെ ചങ്ങാടം കടലിലിറക്കി വല വീശാനാരംഭിച്ചു. വീശിയ വലകൾ നിറയെ മീനുകളുണ്ടായിരുന്നു. ഉച്ച യ്ക്കുതന്നെ മുക്കുവൻ മീനുമായി കുടിലിലേക്കു മടങ്ങി.

മുക്കുവന്റെ കുടിലിൽ സമൃദ്ധിയുടെ ഉത്സവം ആരംഭിക്കുകയാ യിരുന്നു.

വൈകിട്ട് ഭൂതത്തിന്റെ ചാരത്തേക്കുപുറപ്പെടാൻ തയാറായിറങ്ങിയ മുക്കുവനോടു ഭാര്യ ചോദിച്ചു:

“പിന്നേ... ഭൂതം നമ്മേ പറ്റിക്കോ...?”

“ഇല്ല. ഒരിക്കലുമില്ല. മനുഷ്യരാണ് വഞ്ചകർ. ഭൂതങ്ങൾ സത്യസ ന്ധരും മഹാമനസ്കരുമാണ് നീ കണ്ടില്ലേ... ആ വഞ്ചകനായ സ്വർണ വ്യാപാരിയെ നീ മറന്നോ...” എന്നു പറഞ്ഞ് ഭാര്യയെ ധൈര്യപ്പെടുത്തി യിട്ട് മുക്കുവൻ ഭൂതത്തിന്റെ ചാരത്തേക്കോടി.

9

വ്യാമോഹത്തിന്റെ കഥ ആരംഭിക്കുന്നു

ഇരുൾ വ്യാപിച്ചു കഴിഞ്ഞു.

കുട്ടിയെ ഭൂതം വിട്ടയച്ചു.

"മുക്കുവാ...ഒന്നു നീ അറിയുക.:" ഭൂതം പറഞ്ഞു: "ഞാൻ ഇപ്പോൾ ഭൂതമാണ്. എനിക്കു കുട്ടികളും ഭാര്യയുമുണ്ട്. ഭൂതങ്ങൾ ഉപദ്രവകാരിയാണെന്നാണ് എല്ലാവരും ഭ്രമിച്ചുവശായിരിക്കുന്നത്. നമ്മുടെ ഈ സഹകരണത്തിലൂടെ ആ ധാരണ തിരുത്തുകയാണ് എന്റെ പ്രധാന ലക്ഷ്യം."

"ഉവ്വ്.... അതെനിക്കു മനസിലായി പ്രഭോ.." ഭൂതത്തിന്റെ മഹാമനസ്കതയോടുള്ള ആദരവ് മുക്കുവന് അതിരറ്റതായിരുന്നു.

"മുക്കുവാ വരൂ..." ഭൂതം മുന്നോട്ടുനടന്നു. "നമുക്കീ കടൽ വഞ്ചിയിലിരുന്ന് ഞാനെന്റെ കഥപറയാം." കടൽവഞ്ചിയിൽ മുക്കുവനും ഭൂതവും ഇരുന്നു.

"നിനക്കെന്നെപ്പറ്റി എന്തെങ്കിലും അറിയാനുണ്ടെങ്കിൽ ചോദിക്കുക." ഭൂതം ആമുഖമായി പറഞ്ഞു.

"അങ്ങയുടെ പഴയരൂപം എന്തായിരുന്നു?"

"ഞാനൊരു ഗന്ധർവനായിരുന്നു മുക്കുവാ..."

"എവിടെയാണങ്ങയുടെ വീട്?"

"ഏഴാം കടലിനക്കരെ."

"എങ്ങനെയാണങ്ങയെ മുക്കുവൻ ശപിച്ചു തടവിലാക്കിയത്.?"

"അതൊരു വ്യാമോഹത്തിന്റെ ദുരന്തപര്യവസാനകഥയാണ് മുക്കുവാ..."

ഭൂതത്തിന്റെ ഭാവം ദു:ഖസാന്ദ്രമാണെന്നു മുക്കുവൻ കണ്ടു.

"ഞാനതു വിശദീകരിക്കാം ചങ്ങാതീ..." ഭൂതം തുടർന്നു: "ഏഴാം

കടലിനക്കരെ എന്ന ഗന്ധർവ്വ ലോകം അതിരമണീയവും, മനോജ്ഞവും, അവിടെ ജീവിതം സമത്വസുന്ദരവമാണ്. ഗന്ധർവ്വ രാജ്യമാണത്. ഞാനവിടത്തെ രാജാവാണ്."

"ഗന്ധർവ്വ രാജാവെങ്ങനെ ഒരു മുക്കുവന്റെ കെണിയിൽ പെട്ടു?"

"ഞാനതു വിശദീകരിക്കാം...... നീ കേട്ടറിയുക..."

തീരത്ത് അടിച്ചു ചിതറുന്ന തിരകളുടെ താളവും ഇളം കാറ്റിന്റെ മൂളലും രാത്രിയുടെ ശാന്തതയെ മുറിച്ചു. നക്ഷത്രങ്ങളുടെ മങ്ങിയ

പ്രകാശവും നാട്ടുവെളിച്ചവും മുക്കുവന്റെയും ഭൂതത്തിന്റെയും മുഖഭാവങ്ങൾ അന്യോന്യം കാണാൻ സഹായിച്ചു.

"ഞാൻ രാജാവായിക്കഴിഞ്ഞ് രാജ്യം വളരെ അഭിവൃദ്ധിപ്രാപിച്ചു. ജനങ്ങളെല്ലാം അല്ലലില്ലാത്തവരായി. ജനങ്ങളെല്ലാം സന്തോഷഭരിതരാ ണെന്ന് സൈന്യാധിപനും ചാരന്മാരും എന്നെ അറിയിച്ചു. എങ്കിലും ജന ങ്ങളുടെ സന്തോഷവും സംതൃപ്തിയും നേരിൽ കണ്ടറിയാനാണ് ഞാനാ ഗ്രഹിച്ചത്. ഞാനീ വിവരം ഒരാളേയും അറിയിച്ചില്ല. ഞാൻ ദിവസേന രഹസ്യമായി രാജ്യത്തിന്റെ വിവിധഭാഗങ്ങളിൽ ചുറ്റിക്കറങ്ങി കാര്യങ്ങൾ മനസ്സിലാക്കി. ഓരോ ദിവസവും ഓരോ രൂപം ധരിച്ചാണ് ഞാൻ യാത്ര ചെയ്തിരുന്നത്." ഭൂതം ആകാശനീലിമയിലേക്കും വിരിഞ്ഞമുല്ലപ്പൂക്കൾ പോലെ ചിതറിക്കിടക്കുന്ന നക്ഷത്രങ്ങളിലേക്കും നോക്കിയിട്ട് അൽപ നിമിഷം തലകുമ്പിട്ടിരുന്നു. അൽപം കഴിഞ്ഞ് ഭൂതം തുടർന്നു: "ഒരിക്കൽ ഞാൻ കുതിരപ്പുറത്ത് സഞ്ചരിക്കവേ അതിരമണീയമായ ഒരു കടലോര പ്പൂന്തോട്ടം കണ്ടു. ഞാനങ്ങോട്ടു നടന്നു. തടാകം പോലെ ശാന്തവും വശ്യവുമായിരുന്നു കടൽ. ഇത്രയും വശ്യമനോഹരമായ ഒരു സ്ഥലം എന്റെ രാജ്യത്തുണ്ടെന്ന് ഞാൻ അറിഞ്ഞിരുന്നില്ല. ആ ഉദ്യാനത്തിന്റെ ഹൃദയാവർജ്ജക വശ്യതകണ്ടു വിസ്മയിച്ചു ഞാനങ്ങനെ നിന്നു പോയി!.."

അതൊരു ഗന്ധർവ്വന്റെ അധിവാസകേന്ദ്രമായിരുന്നു. ആ ഗന്ധർവ്വ നിർമിതപ്പൂന്തോട്ടത്തിന്റെ കാവൽക്കാരൻ ഒരു മുക്കുവനായിരുന്നു. മുക്കു വൻ പകൽ കടലിൽ മീൻ പിടിക്കുകയും രാത്രി പൂന്തോട്ടം സൂക്ഷിക്കു കയും ചെയ്തു വന്നു.

മുക്കുവൻ ആ കടപ്പുറത്ത് ഒരു കൊച്ചുകുടിലിലായിരുന്നു താമസം. മുക്കുവന് അതിസുന്ദരിയായ ഒരു പുത്രിയുണ്ടായിരുന്നു. മുക്കുവന്റെ ഭാര്യ ഒരു മത്സ്യസ്ത്രീയായിരുന്നു. മത്സ്യസ്ത്രീ ഒരിക്കൽ മുക്കുവന്റെ സൗന്ദര്യം കണ്ടുമോഹിച്ച് ഗന്ധർവ്വിയുടെ രൂപം ധരിച്ച് മുക്കുവനുമായി പ്രണയത്തിലായി. അങ്ങനെ അവർക്കൊരു പെൺകുട്ടി ജനിച്ചതിനുശേഷം മത്സ്യസ്ത്രീ തിരോധാനം ചെയ്തു. മത്സ്യസ്ത്രീ പോകും മുമ്പ് മുക്കുവനു ചില മന്ത്രസിദ്ധികൾ നൽകിയിരുന്നു.

ഞാൻ ആ ഉദ്യാനത്തിൽ ചുറ്റിനടക്കവേ യാദൃച്ഛികമായി മുക്കുവ പുത്രയെ കാണാനിടയായി. ആ വിശ്വമോഹിനിയെ മിഴിതെറ്റാതെ ഞാൻ നോക്കിനിന്നുപോയി. അവൾ എന്നെ കണ്ടതുമില്ല.

10

മുക്കുവപുത്രിയെ
വശീകരിക്കാനുള്ള തന്ത്രങ്ങൾ

ഭൂതം ആ നഷ്ടസ്വർഗസ്മരണയിൽ ലയിച്ച് ഏറെനേരം ഇരുന്നു.

"പ്രഭോ... എന്താണാലോചിക്കുന്നത്.? കഥതുടരൂ..." മുക്കുവൻ ഓർമിപ്പിച്ചു.

"അതേ.... മുക്കുവാ.." ഭൂതം ശ്രദ്ധതിരിച്ചു പറഞ്ഞു: "എന്റെ സ്വത്വത്തെത്തന്നെ മാറ്റിമറിച്ച അതിമോഹത്തിന്റെ ആ ദുരന്ത നിയോഗം ഓർമിക്കാൻ ഞാൻ ഭയപ്പെടുന്നു മുക്കുവാ.... എങ്കിലും എനിക്കതു പറയാതെ വയ്യ... എന്റെ ഹൃദയഭാരമകറ്റാൻ ഒരാളോടെങ്കിലും എനിക്കീകഥ പറഞ്ഞേ പറ്റൂ..." ഭൂതം ദീർഘശ്വാസം ചെയ്ത് തുടർന്നു:

"എന്റെ ജീവിതം ഇങ്ങനെ ദുരന്തപൂർണമായത് ആ യുവ മോഹിനിയിൽ ആകൃഷ്ടനായതുകൊണ്ടാണ്. അത്യപൂർവമായ ഒരു വശീകരണശക്തി അവളുടെ ലാവണ്യരൂപത്തിനുണ്ടായിരുന്നു. അവളുടെ കൂരിരുൾപോലുള്ള കേശവും നീർമിഴികളും തംബുരുവൊത്ത നിതം ബചാരുതയും തിളങ്ങുന്ന കാലടികളും ചെത്തിമിനുക്കി മൈലാഞ്ചിയിട്ട നഖങ്ങളും തുടുത്തമുഖവും സദാ ലജ്ജയോലുന്ന കടാക്ഷവും മാൻപേടയെപ്പോലെ ഭയന്നുള്ള പരിസരവീക്ഷണവും കണ്ടു ഞാൻ മതിമറന്നു പോയി!... ഈ വനറാണിയായ വിശ്വമോഹിനി എന്റെ പ്രജയോ?... ഇവൾ തന്നെ കണ്ടുവോ?... അവൾ എന്നെ കണ്ടു എന്നു ഞാൻ വിശ്വസിച്ചു. അവൾ എന്നെ കണ്ടിട്ടും കണ്ടില്ലെന്ന് നടിച്ചതെ ന്തിന്?... അവളുടെ ഭയം കലർന്ന നിസ്സംഗത എന്നെ ചൊടിപ്പിച്ചു."

മുക്കുവ പുത്രിയെ ബലമായി പിടിച്ചുകൊണ്ടുപോരാൻ ഞാനാഗ്ര ഹിച്ചു. അതുധർമ്മമല്ലെന്ന് പെട്ടെന്നെനിക്കു തോന്നി. ഞാനാരെന്നറിയി ക്കാതെ അവളെ രഹസ്യമായി വശീകരിച്ച് സ്വന്തമാക്കുന്നതാണ് ബുദ്ധി എന്നെനിക്കു തോന്നി. ഞാനാ മുക്കുവത്തരുണിയിൽ അന്ധമായി

ആകൃഷ്ടനായി. ഞാൻ എന്നെ മറന്നു. കൊട്ടാരത്തെ മറന്നു. രാജ്ഞി യെയും മക്കളെയും മറന്നു!..

ഞാൻ കൊട്ടാരത്തിലേക്കു മടങ്ങാതെ അവളെ വശീകരിക്കാനുള്ള സന്ദർഭം കാത്തുനടന്നു. എത്ര ശ്രമിച്ചിട്ടും അവൾ എന്നെ ശ്രദ്ധിച്ചില്ല. അവളെ നേരിൽ കണ്ടു സംസാരിക്കാൻ തന്നെ ഞാൻ തീരുമാനിച്ചു.

ഒരു ദിവസം മുക്കുവൻ കടലിൽ പോയനേരം നോക്കി ഞാൻ മുക്കുവക്കുടിലിലെത്തി. ആ കുടിലിന്റെ വാതുക്കൽ വളരെ സമയം ഞാൻ കാത്തുനിന്നിട്ടും യുവതി പുറത്തുവന്നില്ല. എന്താണുകാരണം? ഇവൾ യുവതിയല്ലേ... അവൾ പുറത്തേക്കു മിഴിതിരിച്ചതേയില്ല..... അതിലെന്തോ രഹസ്യമുണ്ടെന്ന് ഞാൻ അനുമാനിച്ചു.

വളരെ ചെറിയ ഒരുകുടിലായിരുന്നു മുക്കുവന്റേത്. ഈ ചെറ്റക്കുടി ലിൽ കനകം പോലുള്ള ഈ ഗന്ധർവദേവത താമസിക്കുന്നതിൽ എനിക്ക് ഖേദം തോന്നി. അവളെ എന്റെ രാജ്ഞിയാക്കണമെന്നും എന്റെ കൊട്ടാ രത്തിലേക്കു കൂട്ടിക്കൊണ്ടു പോകണമെന്നും ഞാൻ വ്യാമോഹിച്ചു.

ഞാൻ വൃദ്ധനായിരുന്നെങ്കിലും ചുറുചുറുക്കുള്ള ഒരു യുവകോമ ളന്റെ മായാരൂപം ധരിച്ചാണ് ഞാൻ മുക്കുവ പുത്രിയെ വശീകരിക്കാനെ ത്തിയത്.

ഞാൻ മുറ്റത്ത് വളരെ സമയം കാത്തുനിന്നിട്ടും മുക്കുവപുത്രി പുറത്തുവന്നില്ല. എന്നെ അത് നിരാശനാക്കി. ആ യുവതിയെപ്രതിയുള്ള എന്റെ വികാരം പിടിച്ചുനിർത്താനാവാതെയായി.

മുക്കുവൻ കടലിൽനിന്നു വരാറായി. ഞാൻ സാവധാനം അവിടെ നിന്നു പിൻവാങ്ങി. രാത്രി ഏതെങ്കിലും നേരത്ത് മുക്കുവപുത്രിയെ സന്ദർ ശിക്കാമെന്നു ഞാൻ കരുതി.

മുക്കുവൻ വലയിട്ടുവന്ന് ഭക്ഷണം കഴിച്ച് പൂന്തോട്ടം കാവലിനായി പോകുന്നതുവരെ ഞാൻ കാത്തുനിന്നു. ഞാൻ എന്റെ കുതിരയെ തോട്ടത്തിൽ മേയാൻ വിട്ടിരിക്കയായിരുന്നു.

എന്റെ കുതിര ബുദ്ധിമാനും അതിവേഗമുള്ളവനുമായിരുന്നു. മുക്കു വൻ തോട്ടത്തിൽ പ്രവേശിച്ചപ്പോൾ യാദൃച്ഛികമായി എന്റെ കുതിരയെ കണ്ടു. ഈ തോട്ടത്തിൽ ഇങ്ങനെ ഒരു മൃഗം ഉണ്ടായിരുന്നില്ലെന്ന് മുക്കു വൻ ഓർമിച്ചു. ഇത് രാജാവിന്റെ കുതിരയാണെന്നും എങ്ങനെയോ വഴി തെറ്റി ഇവിടെ എത്തിയതാണെന്നും മുക്കുവന് തോന്നി. മുക്കുവന് കുതിര സവാരി അറിയില്ലായിരുന്നു. അതുകൊണ്ടയാൾ കുതിരയെ പിടിച്ച് നടത്തി കൊട്ടാരത്തിലേക്കു യാത്രയായി. എത്രയും വേഗം കുതിരയെ കൊട്ടാരത്തിലെത്തിക്കുകയായിരുന്നു മുക്കുവന്റെ ഉദ്ദേശ്യം.

കൊട്ടാരം വളരെ അകലെയായിരുന്നു. അശ്വത്തെ നടത്തിച്ച് രാജ കൊട്ടാരത്തിലെത്താൻ വളരെ ദിവസങ്ങൾ വേണ്ടിവരുമെന്ന് മുക്കുവൻ മനസിലാക്കി. ഒരു ദിവസംപോലും ഇവിടെ നിന്ന് മാറിനിൽക്കാനാവില്ല. മകൾ തനിച്ചല്ലേ കുടിലിലുള്ളൂ. എന്തു ചെയ്യും?

പെട്ടെന്നയാൾ തനിക്കു ലഭിച്ച മന്ത്രസിദ്ധിയെക്കുറിച്ചോർത്തു.

തനിക്കും തന്റെ കൂടെയുള്ള ഏതിനേയും ഏതുരൂപത്തിലാക്കാനും കഴി യുന്ന മന്ത്രസിദ്ധി മുക്കുവന്റെ ഭാര്യയായ മത്സ്യസ്ത്രീ മുക്കുവന് സമ്മാ നിച്ചിരുന്നു. എന്നാൽ അതിനൊരു കുഴപ്പമുണ്ടായിരുന്നു. വേഷം മാറിവരുന്ന മുക്കുവനെ ആരെങ്കിലും തടവിലാക്കിയാൽ മോചിതനാകു ന്നതുവരെ ഈ മന്ത്രസിദ്ധിക്കു ഫലമുണ്ടാവില്ല!....

താനെങ്ങനെ തടവിലാകാൻ? അങ്ങനെ സംഭവിക്കേണ്ട ഒരു കാര്യവുമില്ലല്ലോ... അങ്ങനെ വിചാരിച്ചുകൊണ്ട് മുക്കുവൻ വേഗം ഒരു പക്ഷിയുടെ രൂപം കൈക്കൊണ്ടു. അശ്വത്തെ ഒരു ചെറുജീവിയാക്കു കയും ചെയ്തു. ആ ചെറുജീവിയെ കൊത്തിയെടുത്തുകൊണ്ട് പക്ഷി രൂപിയായ മുക്കുവൻ കൊട്ടാരം ലക്ഷ്യമാക്കി പറന്നു!....

രാജകൊട്ടാരത്തിലെത്തിയ മുക്കുവൻ തന്റെ തനിരൂപം കൈ ക്കൊണ്ടു. അയാൾ കുതിരയേയും പൂർവരൂപത്തിലാക്കി.

പുലരിയിൽ കൊട്ടാരവാതിൽക്കൽ രാജാവിന്റെ കുതിരയുമായി നിൽ ക്കുന്ന മുക്കുവനെ രാജസേവകർ തടഞ്ഞുവെച്ചു. കാരണം, രാജാവിനെ കാണാതായിട്ട് വളരെ ദിവസങ്ങളായിരുന്നു. രാജ്ഞിയും മക്കളും രാജാ വിനെ കാണാതെ ദുഃഖിച്ചു കഴിയുകയായിരുന്നു. രാജാവു നാടുവിട്ടതു മൂലം രാജ്യഭരണകാര്യങ്ങളെല്ലാം കുഴഞ്ഞുമറിഞ്ഞിരുന്നു. ലോകം മുഴു വൻ രാജാവിനെ അന്വേഷിച്ച് കണ്ടെത്താതെ നിരാശയിൽ കഴിയുമ്പോ ഴാണ് മുക്കുവൻ രാജാവിന്റെ കുതിരയുമായി കൊട്ടാരത്തിലെത്തിയത്!...

11

ആരോടും പറയാനാവാത്ത മന്ത്രം

രാജസേവകർ മുക്കുവനെ ബന്ധിച്ച് തടവിലാക്കി. കുതിരയെ രാജ്ഞിയുടെ മുന്നിൽ ഹാജരാക്കി. അത് രാജാവിന്റെ കുതിരതന്നെയാ ണെന്ന് രാജ്ഞി തിരിച്ചറിഞ്ഞു. കുതിരയുടെ ഉല്ലാസഭാവം കണ്ട് രാജാവ് ജീവിച്ചിരിപ്പുണ്ടെന്ന് രാജ്ഞി മനസിലാക്കി.

മുക്കുവനെ തന്റെ മുന്നിൽ ഹാജരാക്കാൻ രാജ്ഞി ഉത്തരവിട്ടു. തന്റെ മുന്നിലെത്തിയ മുക്കുവനോട് രാജ്ഞി ചോദിച്ചു:

"താൻ ഏതു രാജ്യക്കാരനാണ്?"

"അടിയൻ.... ഈ രാജ്യത്തെ ഒരു പ്രജയാണ്."

"നീ എവിടെ താമസിക്കുന്നു?"

"അങ്ങകലെ കടൽത്തീരത്ത്. ഗന്ധർവ നിർമിതമായ ഒരുദ്യാന മുണ്ടവിടെ. അവിടത്തെ കാവൽക്കാരനാണ് ഞാൻ. പകൽ മത്സ്യം പിടി ക്കുകയും രാത്രി പൂന്തോട്ടം കാക്കുകയും ചെയ്യും."

"നീ എങ്ങനെയാണ് കുതിരയെ പിടിച്ചത്?"

"ഞാൻ ഇതുവരെ കുതിരയെ കണ്ടിട്ടില്ല. കഥകളിൽ വായിച്ചിട്ടേയുള്ളു. അപ്രതീക്ഷിതമായി തോട്ടത്തിൽ കുതിരയെ കണ്ടപ്പോൾ എനിക്ക് അത്ഭുതമായി. അങ്ങനെയാണ് രാത്രിയിൽ തോട്ടത്തിൽ മേയുകയാ യിരുന്ന കുതിരയെ ഞാൻ പിടിച്ചത്. കുതിരയെ പരിശോധിച്ചപ്പോൾ രാജാവിന്റെ വസ്ത്രങ്ങളും കിരീടവും ആയുധങ്ങളും ഞാൻ കണ്ടു. ഇത് രാജാവിന്റെ കുതിരയായിരിക്കുമെന്നും രാജാവ് യാത്രാമധ്യേ വിശ്രമിക്കാ നിരുന്നപ്പോൾ കുതിര വഴിതെറ്റിപ്പോയതായിരിക്കുമെന്നും കരുതിയാണ് ഞാൻ കുതിരയെ ബന്ധിച്ച് കൊട്ടാരത്തിലേക്കു പുറപ്പെട്ടത്."

"നീ എപ്പോഴാണ് പുറപ്പെട്ടത്?"

"ഈ രാത്രിയിൽ"

"രാത്രിയിൽ പുറപ്പെട്ട നീ പുലർച്ചയിൽ കൊട്ടാരത്തിലെത്തിയല്ലേ?" റാണി വിസ്മയത്തോടെ ചോദിച്ചു.

"ഇത്രയും ദൂരം ഒറ്റരാത്രികൊണ്ട് സഞ്ചരിച്ചെത്താനാവില്ല. ഇതി ലെന്തോ രഹസ്യമുണ്ട്. നീ പറഞ്ഞതൊക്കെ പൊളിയാണ്. സത്യം പറ യാതെ നിനക്കിവിടെ നിന്നു മോചനമില്ല. നീ രാജാവിനെ എന്തു ചെയ്തു? എന്താണുണ്ടായത്? വേഗം നേരുപറയുക.!" രാജ്ഞി ക്രുദ്ധ യായി ആജ്ഞാപിച്ചു.

എങ്ങനെ സത്യം പറയും? മുക്കുവന് തന്റെ രഹസ്യം ആരോടും പറയാനാവില്ല. പറയാവുന്നത് മകളോടുമാത്രം! താൻ തടവിലാക്കപ്പെട്ടതു കൊണ്ട് മന്ത്രസിദ്ധിയും നഷ്ടപ്പെട്ടു കഴിഞ്ഞു.!....."

എന്തു ചെയ്യും?

മുക്കുവൻ താടിതടവി അസ്തപ്രജ്ഞനായി നിന്നു.

12

രാജ്ഞിയും മുക്കുവനും

തന്റെ ഉദ്ദേശശുദ്ധിയെ ബോധ്യപ്പെടുത്താനാവാതെ മുക്കുവൻ ധർമസങ്കടത്തിലായി. രാജാവിനോടുള്ള കടമ വിചാരിച്ചാണ് കുതിരയെ ബന്ധിച്ച് കൊട്ടാരത്തിൽ കൊണ്ടുവന്നത്. തന്റെ ഭൂതദയ തനിക്കുതന്നെ വിനയായിതീർന്നിരിക്കുന്നു. മാത്രമോ തന്റെ മന്ത്രസിദ്ധിയും നഷ്ട പ്പെട്ടിരിക്കുന്നു! ആ കൊട്ടാരത്തിന്റെ തടവറയിൽ നിന്ന് ഒരിക്കലും മോചനമുണ്ടാവില്ല. രാജാവ് എത്തിയാൽ രക്ഷപ്പെടാം. രാജാവ് മരിച്ചു പോയെങ്കിലോ? യ്യോ!.... മുക്കുവൻ വിറച്ചുപോയി. ഈ തടവറയിൽ കിടന്നു മരിക്കുകയോ? കുടിലിൽ മകൾ മാത്രമേയുള്ളൂ. അവളുടെ വിവരം എങ്ങനെ അറിയും?... തോട്ടം കാവലിന് ആളില്ലാതെ വന്നാൽ ഗന്ധർവൻ കോപിക്കുകയില്ലേ?...

മുക്കുവന്റെ നീണ്ടമൗനം രാജ്ഞിയെ ചൊടിപ്പിച്ചു.

"മുക്കുവാ നീ സത്യം പറയുന്നതാണ് നല്ലത്. രാജാവ് എവിടെയു ണ്ടെന്ന് നിനക്കറിയാം. പറയാതെ നിനക്കും മോചനമില്ല."

"രാജാവിനെ ഞാൻ കണ്ടിട്ടില്ല."

"പിന്നെ കുതിരയെ നിനക്കെങ്ങനെ കിട്ടി? ഇവിടെനിന്നെത്രയോ കാതം അകലെയാണ് ഗന്ധർവോദ്യാനം. അവിടംവരെ കുതിര തനിച്ചു വന്നു എന്നാണോ? നിന്റെ ഭാഷ്യം വിചിത്രം തന്നെ...." രാജ്ഞി ചോദിച്ചു.

"പ്രഭോ... സത്യമാണു ഞാൻ പറഞ്ഞത്" മുക്കുവൻ ബോധിപ്പിച്ചു.

"നുണ!... നീ ഇതുവരെ പറഞ്ഞതൊക്കെ അസത്യമാണ്.. കിഴക്കൻ കടപ്പുറത്തുനിന്ന് ഒരു രാത്രികൊണ്ടിവിടെ എത്തി എന്നല്ലേ നീ പറഞ്ഞത്. സംഭവ്യമോ? എന്നെ വിഡ്ഢിയാക്കുകയല്ലേ ചെയ്തത്..... രാജാവ് എവിടെയാണുള്ളതെന്ന് നിനക്കറിയാം. നീ എന്തു നേടാനാണ് രാജാ

വില്ലാതെ കുതിരയുമായി ഇങ്ങോട്ടുവന്നത്? സത്യം പറഞ്ഞില്ലേൽ നിന്നെ
ഇപ്പോൾ ഞാൻ ശിരച്ഛേദം ചെയ്യും. സത്യം പറയുക."

തന്റെ തലവെട്ടുമെന്ന രാജ്ഞിയുടെ പ്രഖ്യാപനം മുക്കുവനെ
ഞെട്ടിച്ചു. മുക്കുവൻ വിനീതനായി പറഞ്ഞു:

"പ്രഭോ... ഞാനൊരു പാവം മുക്കുവനാണ്. കടപ്പുറത്ത് കുടിലിൽ താമസിക്കുന്നു. എനിക്കൊരു മകളുണ്ട്. ഞാൻ വലവീശിക്കൊണ്ടുവരുന്ന മീൻ വിറ്റാണ് ഞങ്ങൾ ജീവിക്കുന്നത്."

"നിന്റെ ഭാര്യ എന്തേ?"

"അവർ ഒരു മത്സ്യ സ്ത്രീയായിരുന്നു. അവൾ എന്നെ കണ്ടു കാമിച്ചു ഗന്ധർവ രൂപം ധരിച്ചുവന്ന് എന്നെ വശീകരിച്ചു. അങ്ങനെ ഞങ്ങൾ ക്കൊരു പുത്രിയുണ്ടായി. കുട്ടി ജനിച്ചതിനുശേഷം മത്സ്യസ്ത്രീ എന്നെ ഉപേക്ഷിച്ച് കടലിലേക്കുതന്നെ പോയി."

"ഹേ... മുക്കുവാ... നീ ഈ പുലമ്പുന്നതൊക്കെ ശുദ്ധ അസംബന്ധ മാണ്. നീ ഏതോ വിചിത്രകഥ പറഞ്ഞ് എന്നെ വിഡ്ഢിയാക്കുകയാണ്. നീ ഒറ്റ രാത്രികൊണ്ട് ഇത്രേം ദൂരം സഞ്ചരിച്ച് ഇവിടെ എത്തി എന്നതു തന്നെ അസത്യവും അസാധ്യവുമായ കാര്യമാണ്."

രാജ്ഞിയെ സത്യം ബോധ്യപ്പെടുത്താനാവാതെ മുക്കുവൻ മൗന മായി നിന്നതേയുള്ളു.

"നിന്റെ മകൾക്കെത്ര വയസുണ്ട്?" രാജ്ഞി ചോദിച്ചു.

"പതിനെട്ട് "

"പതിനെട്ട്..." രാജ്ഞി ആവർത്തിച്ചു.

"അവളെ വിവാഹം ചെയ്തോ?" രാജ്ഞി പിന്നെയും ചോദിച്ചു.

"ഇല്ല."

"രാജാവിനെ നിന്റെ മകൾ വശീകരിച്ചെടുത്തിട്ട് ഒരു കഥയുണ്ടാക്കി നിന്നെ പറഞ്ഞയച്ചിരിക്കയല്ലേ?" രാജ്ഞി കുപിതയായി: "നിന്റെ ഈ പൊളിനാടകം ഞാൻ വിശ്വസിക്കില്ല."

"ഞാൻ പറയുന്നതെല്ലാം സത്യമാണ് പ്രഭോ. ഞാൻ രാജാവിനെ കണ്ടിട്ടില്ല."

മുക്കുവൻ ഓർമിക്കുകയായിരുന്നു. തങ്ങളുടെ ഗന്ധർവ പൂന്തോ ട്ടത്തിൽ ആർക്കും പ്രവേശിക്കാനാവില്ല. ആരു വന്നാലും ഉടനെ തിരി ച്ചറിയാം. രൂപം മാറിവന്നാൽ തിരിച്ചറിയുകയില്ല എന്ന രഹസ്യം മകൾ ക്കറിയുകയില്ല. ഈ രഹസ്യങ്ങൾ ഒരിക്കലും ഇവിടെ പറയാനാവില്ല.

"ഈ മുക്കുവനെ സത്യം പറയുന്നതുവരെ തുറുങ്കിലടയ്ക്കുക." രാജ്ഞി ആജ്ഞാപിച്ചു.

മുക്കുവൻ കാരാഗൃഹത്തിലായി.

13

രാജാശ്വത്തിന്റെ പ്രയാണം

ഭൂമിക്കടിയിലെ ഏറ്റവും സുരക്ഷിതമായ കരിങ്കൽ ഗുഹയിൽ മുക്കു വനെ തടവിലാക്കി.

മകളെപ്പറ്റിയുള്ള ദു:ഖം മുക്കുവനെ കരയിപ്പിച്ചു. ഈ കല്ലറയിൽ നിന്ന് താൻ രക്ഷപ്പെടുമെന്ന വിശ്വാസവും അയാൾക്കില്ലാതായി.

തന്നെ ഈ കൊടിയ ദുരന്തത്തിൽപ്പെടുത്തിയ സൽപ്രവൃത്തിയെ അയാൾ ശപിച്ചു. തോട്ടത്തിൽ അലഞ്ഞുനടന്ന കുതിരയെ താനെന്തിനു ബന്ധിച്ചു രാജധാനിയിൽ കൊണ്ടുവന്നു? കുതിരയെ എവിടെയെങ്കിലും ബന്ധിച്ചിട്ടാൽ മതിയായിരുന്നില്ലേ? രാജാവ് കുതിരയെ തേടി അലയുക യായിരിക്കുമോ? ചെയ്തതൊക്കെ അബദ്ധങ്ങൾ തന്നെ.

മുക്കുവനെ ആരും ശ്രദ്ധിച്ചില്ല. വെള്ളമോ ആഹാരമോ പോലും കൊടുത്തില്ല. നിറഞ്ഞ ഏകാന്തത അയാളെ ഭീതിപ്പെടുത്തി. അയാൾ തന്റെ അന്ത്യദിനത്തെ പ്രതീക്ഷിച്ച് തളർന്നു കിടന്നു.

അശ്വപാലകൻ അശ്വത്തെ അഴിച്ചുകൊണ്ടുവന്ന് പുല്ലും വെള്ളവും കൊടുക്കാൻ തുടങ്ങി. അശ്വപാലകൻ കുതിരയെ ബന്ധിച്ചിരുന്നില്ല. മൂക്കു കയർ പിടിച്ചിരുന്നില്ല.

കുതിര പതിവിലധികം ഈറ പ്രകടിപ്പിച്ചിരുന്നു. അശ്വപാലകൻ അതു ശ്രദ്ധിച്ചില്ല. കുതിര മൂക്കുവിടർത്തുകയും അശ്വപാലകനെ ഇഷ്ട പ്പെടാതെ തൊഴിച്ച് വീഴ്ത്തുകയും ചെയ്തു. അപ്രതീക്ഷിതമായ തൊഴി യേറ്റ് അശ്വപാലകൻ വീണപ്പോൾ കുതിര അതിവേഗത്തിൽ മുന്നോട്ടു കുതിക്കാൻ തുടങ്ങി. അശ്വപാലകൻ കുതിരയുടെ പിന്നാലെ പാഞ്ഞെ ങ്കിലും അതിനെ പിടിക്കാൻ കഴിഞ്ഞില്ല. അനുനിമിഷംകൊണ്ട് കുതിര അപ്രത്യക്ഷമായിക്കഴിഞ്ഞിരുന്നു.!

അശ്വപാലകൻ ഈ വൃത്താന്തം റാണിയെ അറിയിച്ചു. അശ്വത്തെ

ഉടനെ ബന്ധിച്ചു കൊണ്ടുവരാൻ രാജ്ഞി രാജസേവകർക്ക് കല്പന കൊടുത്തു.

രാജകിങ്കരന്മാരും അശ്വപാലകനും രാജാശ്വത്തെ ബന്ധിക്കാൻ കുതിരപ്പുറത്ത് പ്രയാണമാരംഭിച്ചു. അശ്വം പൂർവ്വദിക്കിലേക്കാണ് പാ

ഞ്ഞുപോയത്. അശ്വപാലകനും സൈനികരും രാജാശ്വത്തിന്റെ വിസ്മയ വേഗതയിൽ അന്തംവിട്ടവരായി. അവർ എത്ര കിണഞ്ഞു ശ്രമിച്ചിട്ടും രാ ജാശ്വത്തിന്റെ ഒപ്പമെത്താൻ കഴിഞ്ഞില്ല, എങ്കിലും രാജാശ്വം പോയ ദിക്കിലേക്കാണ് അവരും പാഞ്ഞത്.

അങ്ങനെ ദിവസങ്ങളോളം അവർ യാത്ര തുടർന്നു... രാജാശ്വം ഒരു നിമിഷംപോലും വിശ്രമിക്കാതെ രാവും പകലും ഓടിക്കൊണ്ടിരുന്നു!... രാജസേവകർ പരിക്ഷീണരായി. അവർ വിശന്നു തളർന്ന് മരത്തണലിൽ വീണുപോയി!...

അവർ ആ മരത്തണലിൽ വിശ്രമിച്ച് ആഹാരം പാകം ചെയ്ത് കഴിച്ചുകൊണ്ടിരിക്കേ രണ്ടു പക്ഷികൾ പറയുന്നതവർ കേട്ടു: "നോക്കൂ... ചങ്ങാതീ...." ഒരുകിളി മറ്റേക്കിളിയോടു പറഞ്ഞു: "ആ അശ്വം അങ്ങെ ത്തിക്കഴിഞ്ഞു. അത് രാജാവിന്റെ ചാരത്തെത്തി. അത് ആദരപൂർവം രാ ജാവിനെ ഘ്രാണിക്കുകയാണ്. ഈ ഭോഷന്മാർ എന്തിനാണീ അശ്വത്തെ പിൻതുടരുന്നത്?"

കിളികളുടെ ഈ സംസാരം കേട്ട് അശ്വപാലകനും രാജസേവകരും പകച്ചു. അവർ ആകാംക്ഷയോടെ കിളികളോട് ചോദിച്ചു:

"അല്ലയോ.... കിളികളേ... നിങ്ങൾ ഏതുരാജാവിനെക്കുറിച്ചാണ് പറയുന്നത്? ഞങ്ങളുടെ രാജാവിനെപ്പറ്റിത്തന്നെയോ?"

"ഹേ... മൂഢന്മാരേ... നിങ്ങളുടെ രാജാവും ഞങ്ങളുടെ രാജാവും ഒന്നു തന്നെയല്ലേ?" കിളികൾ രാജഭടന്മാരെ കളിയാക്കി. "മറ്റൊരു രാജാ വിനെപ്പറ്റി ഞങ്ങളെന്തിനു പറയണം?"

"ക്ഷമിച്ചാലും ചങ്ങാതിമാരേ..." ഭടന്മാർ ഇളിഭ്യരായി പ്രതിവചിച്ചു: "അതേ, ശരിതന്നെ. നമ്മുടെ രാജാവിനെ നിങ്ങൾ കണ്ടുവോ... അദ്ദേഹം രാജധാനി ഉപേക്ഷിച്ചിട്ട് ഏറെ നാളായി. എവിടെയാണദ്ദേഹം ഒളിച്ചി രിക്കുന്നത്? ഒന്നു പറഞ്ഞു തരാമോ..?"

"അങ്ങ് പൂർവദിക്കിൽ..." കിളികൾ പറഞ്ഞു: "അവിടെ ഒരു ഗ ന്ധർവ നിർമിത ഉദ്യാനമുണ്ട്. ഉദ്യാന കാവൽക്കാരൻ ഒരു മുക്കുവനാണ്. മുക്കുവന് വശമോഹിനിയായ ഒരു പുത്രിയുണ്ട്. അവളെ കണ്ടുമോഹിച്ച് രാജാവ് അവിടെ ദു:ഖിച്ചു കഴിയുകയാണ്. നിങ്ങൾ ഇങ്ങനെ അങ്ങോട്ടു ചെന്നാൽ രാജാവിനെ കാണാനാവില്ല. രാജാവ് സദാ തന്റെ രൂപം മാറി ക്കൊണ്ടിരിക്കും. അതുകൊണ്ട് നിങ്ങൾ മുക്കുവനെ ശരണം പ്രാപിക്കുക."

കിളികൾ പറഞ്ഞത് സത്യമോ മിഥ്യയോ എന്നെങ്ങനെ അറിയും.? രാജഭടന്മാർ ആശയക്കുഴപ്പത്തിലായി. എന്തായാലും ഈ വാർത്ത റാണിയെ അറിയിക്കുക തന്നെ. രാജഭടന്മാർ കൊട്ടാരത്തിലേക്കു മടങ്ങി. കൊട്ടാരത്തിലെത്തിയ രാജഭടന്മാർ കിട്ടിയ വിവരങ്ങൾ രാജ്ഞിയെ അറിയിച്ചു.

മുക്കുവനെ ബന്ധിച്ച് രാജ്ഞിയുടെ മുന്നിൽ ഹാജരാക്കി.

രാജ്ഞി ചോദിച്ചു: "മുക്കുവാ നീ എന്നോട് കളവു പറഞ്ഞില്ലേ? നിന്റെ പുത്രി രാജാവിനെ വശീകരിച്ചുവെച്ചിരിക്കുന്നു എന്ന് രാജഭട ന്മാർക്കു വിവരം ലഭിച്ചിരിക്കുന്നു. സത്യമോ?"

മുക്കുവൻ സ്തംഭിച്ചു. എന്ത്? ഇല്ല. ഒരിക്കലുമില്ല. അങ്ങനെ
സംഭവിക്കുകയില്ലെന്ന് മുക്കുവന് നിശ്ചയമുണ്ടായിരുന്നു. കാരണം
മുക്കുവന്റെ അനുവാദമില്ലാതെ ഒരാളെ അവൾ കാമിച്ചാൽ ആ നിമിഷം
അവൾ മരിച്ചുപോകുമെന്നാണ് മത്സ്യസ്ത്രീയുടെ പ്രവചനം..... ആ
രഹസ്യം മുക്കുവ പുത്രിക്കറിയാം. ഈ രഹസ്യം രാജ്ഞിയോടെങ്ങനെ
പറയും? രാജഭടന്മാർ പറയുംപോലെ രാജാവിന്റെ തനിരൂപത്തിൽ തന്റെ
പുത്രിയെ രാജാവു കണ്ടിരിക്കാനിടയില്ല. മുക്കുവന്റെ സാന്നിധ്യത്തില
ല്ലാതെ യഥാർഥ പുരുഷദർശനം അവൾക്കുണ്ടാവില്ല. അഥവാ ഏതെ

ങ്കിലും മായയാൽ അവളെ ദർശിക്കുന്ന പുരുഷൻ ആ നിമിഷം വിരൂപനായി ഭവിക്കും.! ഇങ്ങനെ അനേകം രഹസ്യനിശ്ചയങ്ങളുടെ ശൃംഖലയാണ് മുക്കുവപുത്രി.!

രാജ്ഞി ഉടനെ സേനാനായകനെ വരുത്തി പറഞ്ഞു:

"സേനാനായകാ.... നിങ്ങൾ ഉടൻ മുക്കുവനെ കൂട്ടി ഉദ്യാനത്തി ലേക്കു പോവുക. നമ്മുടെ രാജ്യം നാഥനില്ലാതെ നശിക്കുകയാണ്. രാജാവ് അവിടം വിട്ടുപോരാൻ വിസമ്മതിക്കുന്നുവെങ്കിൽ ബന്ധനസ്ഥ നാക്കി ഇവിടെ ഹാജരാക്കുക."

മുക്കുവനേയും കൂട്ടി രാജഭടന്മാർ ഗന്ധർവോദ്യാനത്തിലേക്കു യാത്ര യായി.

14

വശീകരണ തന്ത്രങ്ങൾ

വിചിത്രമായ ഈ സംഭവങ്ങളൊന്നും രാജാവറിഞ്ഞിരുന്നില്ല. രാ ജാവ് മുക്കുവ യുവതിയെ വശീകരിക്കാനുള്ളശ്രമം തുടരുകയായിരുന്നു. ഈ വിശ്വമോഹിനിയുമായല്ലാതെ കൊട്ടാരത്തിലേക്കു മടങ്ങുകയില്ലെന്ന് രാജാവ് ശപഥം ചെയ്തിരുന്നു!

രാജാവ് ഗന്ധർവോദ്യാനത്തിൽ ഒരു പർണശാല നിർമിച്ച് അവിടെ താമസമാരംഭിച്ചു.

ദിവസവും അദ്ദേഹം മുക്കുവന്റെ കുടിലിനു മുന്നിലെത്തി വളരെ സമയം കാത്തുനിൽക്കും. മുക്കുവ പുത്രിയെ കാണാനാവാതെ മട ങ്ങിപ്പോരും..

വളരെ ദിവസങ്ങൾ ശ്രമിച്ചിട്ടും മുക്കുവപുത്രിയെ കാണാൻ കഴി ഞ്ഞില്ല. മുക്കുവനെയും കാണാതായി. മുക്കുവൻ എവിടെ ഒളിച്ചു?

പ്രേമത്തിന്റെ പാരവശ്യത്തിലായിരുന്നതിനാൽ രാജാവ് തന്റെ കുതിരയെ ബന്ധിക്കാൻ മറന്നു പോയിരുന്നു.

മുക്കുവ പുത്രിയെ നേരിൽ ദർശിക്കാനാവില്ലെന്നുറപ്പായതോടെ അവളെ ഗോപ്യമായി കാണുവാൻ രാജാവു ശ്രമിച്ചു.. മുക്കുവന്റെ കുടി ലിനോടു ചേർന്നുള്ള ചെറു പൊയ്കയിൽ അവൾ ദിവസവും കുളിക്കാൻ വരിക പതിവാണ്. മുക്കുവപുത്രി കുളിക്കാൻ വരുമ്പോൾ രാജാവ് അദൃ ശ്യനായിനിന്ന് അവളെ കാണാറുണ്ടായിരുന്നു.

എന്നാൽ ദിവസങ്ങൾ കഴിഞ്ഞതോടെ മുക്കുവപുത്രി കുളിക്കുവാനും വരാതായി. രാജാവ് ഉറക്കമില്ലാതെ ആലോചിച്ചു എങ്കിലും സത്യം കണ്ടെ ത്തുവാൻ കഴിഞ്ഞില്ല.

മുക്കുവൻ സ്ഥലത്തില്ലാതെ വന്നതുകൊണ്ട് സ്വതന്ത്രമായി മു ക്കുവപുത്രിയെ സന്ദർശിക്കാമെന്നും രാജാവ് വ്യാമോഹിച്ചു.

രാജാവ് ഒരു ദിവസം ഒരു വൃദ്ധമുക്കുവന്റെ രൂപത്തിൽ മുക്കുവ ക്കുടിലിനു മുന്നിലെത്തി. വൃദ്ധനായ ഒരു മുക്കുവൻ വടികുത്തി കൂനി കൂനി നടന്നു വരുന്നതു കണ്ട് മുക്കുവപുത്രി വാതുക്കൽ വന്ന് വൃദ്ധനെ തൊഴുത് സ്വീകരിച്ച് ആതിഥ്യ മര്യാദ പ്രകടിപ്പിച്ചു.

മുക്കുവൻ വടികുത്തിനിവർന്ന് നിന്നിട്ട് സാവധാനം കിതപ്പ് ഒതു
ക്കുന്നതായി ഭാവിച്ച് മുഖം ഉയർത്തി ചോദിച്ചു:

"കുട്ടിയുടെ മുഖം വല്ലാതെ വാടിയിട്ടുണ്ട് എന്തുപറ്റി?"

"കാരണവരേ...." മുക്കുവപുത്രി സൗമ്യമായി സന്താപസ്വരത്തിൽ
പറഞ്ഞു: "എന്റെ പിതാവ് വീടുവിട്ടുപോയിട്ട് ദിവസങ്ങളായി... ഈ ഗന്ധർ
വോദ്യാനം സൂക്ഷിക്കുന്നത് എന്റെ പിതാവാണ്. എല്ലാ വെളുത്ത വാവു
ദിവസവും തോട്ടം പരിശോധിക്കാൻ ഗന്ധർവൻ വരും. ഗന്ധർവൻ വരാൻ
കാലമായിരിക്കുന്നു. അച്ഛൻ എവിടെ എന്നൊരറിവുമില്ല. അതു
കൊണ്ടാണ് ഞാൻ ദു:ഖിക്കുന്നത്. അച്ഛൻ പോയതിനുശേഷം എനിക്ക്
വിശപ്പോ ദാഹമോ ഇല്ല. ഞാൻ കുളിച്ചിട്ടുപോലുമില്ല." മുക്കുവപുത്രി
വാക്കുകൾ മുഴുമിപ്പിക്കാതെ വിതുമ്പി.

കുടിലിന്റെ കോലായിൽ വിരിച്ച പുൽപ്പായയിൽ വൃദ്ധനിരുന്നു.
തന്റെ ഊന്നുവടി തന്നോടു ചേർത്തുവെച്ചു. രാജാവ് കൃത്രിമമായി വെച്ച
താടി തടവി വശ്യമായി മുക്കുവപുത്രിയെ നോക്കിയിട്ട് പറഞ്ഞു:

"കുഞ്ഞേ... നിന്റെ പിതാവ് ഉടനെ ഇങ്ങു വരാതിരിക്കില്ല.... നീ
തനിച്ചല്ലേയുള്ളൂ. അദ്ദേഹം വരും വരെ ഞാൻ നിനക്കു കൂട്ടായി താമസി
ക്കാം. കൂടാതെ സമയം കിട്ടുമ്പോഴൊക്കെ നിന്റെ പിതാവിനെ അന്വേഷി
ക്കുകയും ഗന്ധർവോദ്യാനം സംരക്ഷിക്കുകയും ചെയ്യാം." രാജാവ്
അവളുടെ ഭാവം നിരീക്ഷിച്ചിട്ട് തുടർന്നു: "നിനക്കു സമ്മതമാണെങ്കിൽ
മാത്രം മതി. എനിക്കു വലവീശാനറിയാം. ചെലവിനുള്ള വക ഞാൻ
വലവീശിക്കൊണ്ടുവരാം...."

മുക്കുവപുത്രി ആദരവോടെ പറഞ്ഞു: "അങ്ങ് വൃദ്ധനാണെങ്കിലും
അന്യനാണ്. എനിക്കങ്ങയെ പരിചയമില്ല. വഴിപോക്കനായി കയറിവന്ന
യാൾ എന്നെ സംരക്ഷിക്കാമെന്നു പറയുന്നതും എനിക്ക് വിശ്വസിക്കാനാ
വുന്നില്ല. ഞാൻ യുവതിയും അവിവാഹിതയുമാണ്. അങ്ങ് വൃദ്ധനായ
തുകൊണ്ട് അങ്ങയ്ക്കു മോഹങ്ങളില്ലെന്നു പറയാനാവുമോ? മനസ്സ്
ആർക്ക് വായിക്കാനാവും? അങ്ങെന്നെ സഹായിക്കണമെന്നില്ല. ഒരാളും
വെറുതേ സഹായിക്കുകയില്ല. ഭൂതദയയുടെ പിന്നിൽപ്പോലും സ്വാർ
ഥത്തിന്റെ നിഴലുണ്ടാവും. ഒരു സ്ത്രീ തന്നെപ്പറ്റി, തന്റെ ഉത്തരവാ
ദിത്വത്തെപ്പറ്റി, തന്റെ ചാരിത്ര്യത്തെപ്പറ്റി സദാബോധവതിയായിരിക്കണം.
അതുകൊണ്ട് ഒരുറുമ്പിനെപോലും ഞാൻ വിശ്വസിക്കുകയില്ല. അങ്ങി
പ്പോൾ എന്റെ പിതാവില്ലാത്ത തക്കം പാർത്ത് കയറിവന്നത് ശുദ്ധബുദ്ധി
യോടെയല്ലെന്ന് ഞാൻ സംശയിക്കുന്നു. അങ്ങ് ഉടനെ ഇവിടം വിട്ടുപോ
കണം.ഞാനപേക്ഷിക്കുന്നു."

മുക്കുവ പുത്രിയുടെ അർഥപൂർണമായ വാക്കുകൾ കേട്ട് രാജാ
വിന് ഉത്തരം മുട്ടി. ഒടുവിൽ പണിപ്പെട്ട് രാജാവു പറഞ്ഞു:

"കുഞ്ഞേ നീ പറഞ്ഞതൊക്കെ സത്യമായ കാര്യമാണ്. ഞാൻ
വഴിതെറ്റിവന്ന അനാഥനായ ഒരു മുക്കുവനാണ്. നിന്റെ ഇഷ്ടം ഇങ്ങനെ

യെങ്കിൽ ഞാനിതാ പോവുകയായി.....” രാജാവ് അവശനും പടുവൃദ്ധ
നുമായഭിനയിച്ച് വടികുത്തി എഴുന്നേറ്റ് സാവധാനം നടന്നു പോയി.

രാജാവ് നടന്നുകൊണ്ടാലോചിക്കുകയായിരുന്നു: ഈ മുക്കുവപുത്രി
ജ്ഞാനിയും ബുദ്ധിമതിയും തന്നെ! വാഗ്ധോരണികൊണ്ടവളെന്നെ വി
ഡ്ഢിയാക്കിക്കളഞ്ഞു.!

അങ്ങനെ പിന്നോട്ടുപോവില്ലെന്നുറച്ച് രാജാവ് തന്റെ തനിരൂപമെ
ടുത്ത് ശീഘ്രം നടന്നു.

15

അജ്ഞാത യുവതിയുടെ സഹായ വാഗ്ദാനം

രാജാവ് തന്റെ പർണശാലയിൽ വിശ്രമിച്ചിട്ട് മറ്റൊരു സൂത്രവുമായി മുക്കുവ തരുണിയെ സമീപിച്ചു.

ഒരു ദിവസം രാത്രി മുക്കുവപുത്രി പിതാവിനെ പ്രതീക്ഷിച്ച് കുടി ലിൽ ഇരിക്കുകയായിരുന്നു. സമീപത്ത് എണ്ണ വിളക്ക് എരിയുന്നുണ്ട്. ഈ സമയം അവളുടെ മുന്നിലേക്ക് ഒരു യുവതി കയറിവന്നു.

"എന്നെ അറിയുമോ?" യുവതി അകത്തു കയറിക്കൊണ്ട് ചോദിച്ചു. "ഞാൻ വളരെ വഴിനടന്നു വരികയാണ്. രാജകൊട്ടാരത്തിലെ സേവകനാണ് എന്റെ ഭർത്താവ്. അദ്ദേഹം വീടുവിട്ടുപോന്നിട്ട് വളരെ നാളായി. ഞാൻ നടന്നലഞ്ഞു വരികയാണ്. ഈ രാത്രി എനിക്കിവിടെ ഉറങ്ങാൻ അവസരം തരുമോ?" യുവതി പുഞ്ചിരിയോടെ അകത്തേക്കു കയറി നില ത്തിരുന്നുകൊണ്ട് പറഞ്ഞു.

"നീ തനിച്ചല്ലേ... ഒരു കൂട്ടുള്ളത് നല്ലതല്ലേ?" യുവതി മുക്കുവപു ത്രിയെ നോക്കി മന്ദഹസിച്ചു.

മുക്കുവപുത്രി ഒന്നും പറഞ്ഞില്ല. അവൾ വിഷാദമഗ്നയായി ആ യുവതിയെത്തന്നെ നോക്കിയിരുന്നതേയുള്ളൂ.

"നീ എന്തിനു വിഷമിക്കണം?" യുവതി സാന്ത്വനസ്വരത്തിൽ പറഞ്ഞു: ഞാൻ നിനക്കു കൂട്ടായി ഇവിടെ താമസിക്കാം."

"എനിക്കൊരു കൂട്ടും വേണമെന്നില്ല. എന്റെ പിതാവ് വന്നാൽ മതി." മുക്കുവപുത്രി സങ്കടത്തോടെ പറഞ്ഞു. അവൾ ചിന്തിക്കുകയായിരുന്നു: ഇവൾ ആരാണ്?... എന്തിനീ അസമയത്തു കയറിവന്നു?.... ഏതെങ്കിലും ഗന്ധർവിയാണോ?... എല്ലാവരും എങ്ങനെ അറിഞ്ഞു താനിവിടെ തനിച്ചാ ണെന്ന്?... ഒരു സ്ത്രീയെ വശീകരിക്കാൻ മറ്റൊരു സ്ത്രീയെയാണ്

ഉപയോഗിക്കാറുള്ളതെന്ന് പിതാവു പറഞ്ഞത് അവളോർമിച്ചു. ഇവളെ പരീക്ഷിക്കുകതന്നെ:

"നീ എത്ര ദിവസമായി വീടുവിട്ടിറങ്ങീട്ട്?" മുക്കുവപുത്രി ചോദിച്ചു.

"മൂന്ന്."

"ഇന്നലെ നീ എവിടെ താമസിച്ചു?"

"ഇന്നലെ...."

"വേഗം പറയൂ" യുവതിയുടെ പരിഭ്രമം മനസിലാക്കി ശാസന പോലെ വേഗം ചോദിച്ചു.

"നീ ആരെന്നറിയാതെ ഇവിടെ സ്ഥാനമില്ല. പതിവ്രതയോ കുല ടയോ ആരെന്ന് ഞാനെങ്ങനെ അറിയും? അവിവാഹിതയായ ഞാൻ കുടലയോടു ചങ്ങാത്തം കൂടിയാൽ ലോകം പഴിക്കും. അവളുടെ മംഗ ല്യത്തേയും അതു ബാധിക്കും. അതുകൊണ്ട് നിന്റെ പൂർവകഥ സത്യ സന്ധമായി പറയുക."

"നീ എന്തിനിത്ര ഭയപ്പെടുന്നു? ഞാനൊരു സ്ത്രീയല്ലേ?" യുവതി ആരാഞ്ഞു.

"അതെ. സ്ത്രീ തന്നെ. നവോഡയായ ഒരു സ്ത്രീ ആരോടൊക്കെ യാണ് സഹവസിക്കേണ്ടതെന്ന് കീഴ്‌വഴക്കങ്ങളുണ്ട്. കീഴ്‌വഴക്കം ഞാൻ ലംഘിക്കുകയില്ല.....സ്ത്രീ എത്ര അജയ്യയാണെന്ന് വിചാരിച്ചാലും സ്ത്രീ അബലതന്നെയാണ്. നിങ്ങൾ വേഷം മാറിവന്ന ഒരു പുരുഷനല്ലെന്ന് ഞാനെങ്ങനെ അറിയും? സ്ത്രീക്ക് അനേകം സിദ്ധികളുണ്ടെന്നാലും ഒരു പുരുഷന്റെ കയ്യൂക്കിനെ അവൾക്ക് ജയിക്കാനാവില്ല. ഒരു സ്ത്രീക്ക് അവളുടെ ചാരിത്ര്യം പവിത്രവും അങ്ങനെ തന്നെ സൂക്ഷിക്കാൻ ബദ്ധ ശ്രദ്ധയും ആയിരിക്കണമവൾ. സ്ത്രീ മലിനീകരിക്കപ്പെട്ടാൽ അത് സമൂഹത്തിന്റെയും മലിനീകരണമാവുന്നു. അത് അവളുടെ കുടും ബത്തിന്റെ യശ്ശസും കെടുത്തിക്കളയുന്നു.... സ്ത്രീ രാജ്ഞിയാണെ ങ്കിലും യാചകിയാണെങ്കിലും അപവാദം തുല്യമാണ്. ഒരു പെൺ കുഞ്ഞിന്റെ ജനനം മുതൽ അവളുടെ ചാരിത്ര്യശുദ്ധിയെപ്പറ്റി അവളുടെ മാതാപിതാക്കൾ അവളെ ബോധവതിയാക്കുന്നതോടൊപ്പം ചാരിത്ര്യ ഭംഗം വരാതിരിക്കാൻ ബദ്ധശ്രദ്ധരായി അവളെ സദാ നിരീക്ഷിച്ച് സംര ക്ഷിച്ചു വരുകയും ചെയ്തുകൊണ്ടിരിക്കുന്നു. ഏതു സ്ത്രീയും സുചരി തയായിത്തന്നെയാണ് ജീവിച്ച് മരിക്കാനാഗ്രഹിക്കുന്നത്. സ്ത്രീയെ എപ്പോഴും അനേകമാർഗങ്ങളിലൂടെ വശീകരിച്ചു മലിനപ്പെടുത്താനാവും. അതുകൊണ്ട് നീ ഉത്തമയാണെങ്കിൽ എനിക്കു നീ നൽകുന്ന സേവനം മഹത്തായിരിക്കും. എന്നാൽ നീ അധമയാണെങ്കിൽ നീ മൂലം എനിക്കു ണ്ടാകുന്ന അപഖ്യാതി മരണംവരെ നിലനിൽക്കുന്നതുമായിരിക്കും. എന്താണ് നിനക്കു പറയാനുള്ളത്?"

മുക്കുവത്തരുണിയുടെ വിശദീകരണം അർഥവത്തും യുക്തിസഹ വുമാണെന്ന് ബോധ്യപ്പെട്ട യുവതി പറഞ്ഞു:

"കുട്ടീ നിന്റെ വാഗ്ധോരണി അപാരം തന്നെ സംശയമില്ല. ഞാൻ ചോദിക്കട്ടെ: സ്ത്രീ എന്നും പരിശുദ്ധയായിരിക്കണമെന്നാണോ നിന്റെ വാദം..."

"ഉവ്വ്. തീർച്ചയായയും, സ്ത്രീ അതിനു തയാറാവുന്നു എങ്കിൽ. എന്റെ മാതാപിതാക്കളിൽനിന്ന് കൈവന്ന സുശിക്ഷിതമായ സദാചാരബോ ധത്തിൽ അടിയുറച്ചുനിൽക്കാൻ ഞാൻ ബാധ്യസ്ഥയാണ്. എനിക്കുള്ള വില എനിക്കുമാത്രമാണ്. എന്നാലത് കുടുംബത്തിന്റെയും സമൂ ഹത്തിന്റേതും കൂടിയാണ്...."

യുവതിക്ക് ഒന്നും പറയാനുണ്ടായിരുന്നില്ല. അവൾ പ്രതിഷേധ ത്തോടെ പറഞ്ഞു: "നിനക്കെന്നെ ഇവിടെ താമസിപ്പിക്കാൻ താൽപ്പര്യ മില്ലെന്നുള്ളതിന് ഇത്രയും നീണ്ട പ്രസംഗം ആവശ്യമുണ്ടായിരുന്നില്ല. ശരി. ഞാൻ പോവുകയാണ്...." യുവതി ഇരുളിലേക്ക് ഇറങ്ങി നടന്നു.

16
രാജാവിന്റെ കുട്ടിരൂപം

മുക്കുവത്തരുണിയെ നേടാനുള്ള ശ്രമങ്ങളെല്ലാം പാഴായതിൽ നി രാശനായിരുന്നു രാജാവ്. പെൺകുട്ടി അതിബുദ്ധിമതിയാണ്. നിറഞ്ഞ അറിവുള്ളവൾ. യുക്തിസഹമായ വാദങ്ങൾ കൊണ്ടവൾ രാജാവിന്റെ വ്യാമോഹങ്ങളെ തകർത്തുകളഞ്ഞു. എന്നിട്ടും മുക്കുവപുത്രിയെ വശീ കരിക്കാനുള്ള വ്യഗ്രതയിൽനിന്ന് മോചിതനാകാൻ രാജാവിനു കഴിഞ്ഞില്ല. രാജാവ് വീണ്ടും പുതിയ പദ്ധതികൾ തയാറാക്കാൻ തുടങ്ങി.

രാജാവ് തന്റെ പർണശാലയിൽ തളർന്നു കിടക്കുകയാണ്. സമയം വളരെ രാത്രിയായിരിക്കുന്നു. ഉറങ്ങാനാവുന്നില്ല. ഉറങ്ങിയും ഉറങ്ങാ തെയും ഒരുവിധം നേരം വെളുപ്പിച്ചു.

മുക്കുവപുത്രിയെ വശപ്പെടുത്താനുള്ള ഒരു തന്ത്രം രാജാവ് രൂപ പ്പെടുത്തി. ഉദ്ദേശം പത്രണ്ടുവയസ്സ് പ്രായം വരുന്ന ഒരു കുട്ടിയുടെ രൂപം ധരിച്ച് രാജാവ് അന്നു രാവിലെ മുക്കുവക്കുടിലിലെത്തി.

സുമുഖനും തേജസ്സുറ്റവനുമായ ഒരു കുട്ടി തന്റെ കുടിലിലേക്കു വരുന്നതു കണ്ട് മുക്കുവയുവതി അതിശയിച്ചു.

"നീ ഏതാണ്? എന്തിനിവിടെ വന്നു?" യുവതി സംശയത്തോടെ ആരാഞ്ഞു.

"ഞാനൊരനാഥനാണ്. ബന്ധുക്കളൊരുമില്ല. ഒരു മുത്തശ്ശിയുണ്ടായി രുന്നു. അവർ ഇന്നലെ മരിച്ചു. മുത്തശ്ശിയുടെ ശവമടക്കിയിട്ട് ഞാൻ അവിടം വിട്ടുപോന്നു. ചേച്ചിക്കു കൂട്ടായി ഞാൻകൂടി ഇവിടെ നിന്നുകൊള്ളട്ടെ."

കുട്ടിയുടെ നിഷ്കളങ്കതയും വിനീതഭാവവും ശാലീനതയും അവളെ ആകർഷിച്ചു. തനിക്കൊരാങ്ങള ഇല്ലാത്തതിന്റെ ശൂന്യതാബോധവും ഏകാ

ന്തതയും അവനോടുള്ള വാത്സല്യമായി അവളിലേക്കൊഴുകി. എങ്കിലും കുട്ടിയുടെ മിഴികളിലെ പാരവശ്യം അവളെ ചിന്തിപ്പിക്കാതിരുന്നില്ല.

ആ കുട്ടിയോട് അവൾക്ക് അതിരറ്റ വത്സല്യം തോന്നി. മിടുക്കനായ കുട്ടി!..അവൾ ഉള്ളാലേ അനുമോദിച്ചു. തന്റെ പിതാവ് വരും വരെ ഇവൻ തനിക്ക് കൂട്ടാവുമല്ലോ എന്ന് അവൾ സാന്ത്വനിക്കുകയും ചെയ്തു. കുട്ടി മുഷിഞ്ഞ വസ്ത്രങ്ങളാണ് ധരിച്ചിരുന്നത്. എന്നാൽ അല്ലലിന്റെ നിഴൽ അവന്റെ മുഖത്തുണ്ടായിരുന്നില്ല. എങ്കിലും വേർതിരിച്ചറിയാനാവാത്ത എന്തോ ഒരു വശ്യത കുട്ടിയിൽ കാണുന്നുണ്ടെന്നവൾ ചിന്തിച്ചു. സന്ദേഹ ത്തോടെ അവൾ ചോദിച്ചു:

"കുട്ടീ... നിന്റെ വീടെവിടെയാണ്?"

"കുറേ അകലെയാണ്."

"അമ്മയും അച്ഛനും എങ്ങനെയാണു മരിച്ചത്?"

"അച്ഛൻ മുക്കുവനായിരുന്നു. മീൻ പിടിച്ചുകൊണ്ടിരിക്കേ കടലിൽ വീണു മരിച്ചു. അമ്മ രോഗം വന്നു മരിച്ചു. പിന്നീട് മുത്തശ്ശിയും മരിച്ചു. അതോടെ ഞാൻ അനാഥനായി. ഞാൻ വെറുതേ നാടുചുറ്റിയിറങ്ങിയതാണ്. ഇവിടെ ഞാൻ സ്ഥിരമായി താമസിക്കുകയില്ല. ചേച്ചിയുടെ അച്ഛൻ വന്നു കഴിയുമ്പോൾ ഞാൻ പോകും."

"എന്റെ അച്ഛൻ പോയിട്ട് വളരെ ദിവസങ്ങളായി. ഞാനിവിടെ തനി ച്ചാണെന്ന് നീ എങ്ങനെ അറഞ്ഞു?"

"ഇന്നലെ ഇവിടെ വന്നിട്ടുപോയ ചേച്ചിയെ രാവിലെ ഞാൻ വഴിയിൽ വെച്ചു കണ്ടു."

"എന്തായാലും എന്റെ പിതാവ് വരും വരെ ഞാനിവിടെ ആഹാരം പാകം ചെയ്യുകയില്ല. നീ തോട്ടത്തിൽ നിന്ന് കായ്കനികൾ പറിച്ചു തിന്ന് ജീവിച്ചുകൊള്ളണം. എന്റെ പിതാവ് വരുംവരെ നീ എന്റെ വീടിനകത്ത് പ്ര വേശിക്കരുത്. നിനക്കു മുറ്റത്തു കഴിയാം. നീ വെറും ഒരു കുട്ടിയല്ല. നിനക്കു പന്ത്രണ്ടു വയസ്സില്ലേ... സമ്മതമാണെങ്കിൽ ഇവിടെ നിന്നാൽ മതി' യുവതി പറഞ്ഞു. ഓർമിച്ചുകൊണ്ട് വീണ്ടും പറഞ്ഞു: "ഒരു നിബന്ധനകൂടിയുണ്ട്: അറിയാതെപോലും നീ എന്നെ സ്പർശിച്ചു പോകരുത്....."

"തൊട്ടാലെന്താണ്.?"

ആ രഹസ്യം എന്റെ പിതാവിനേ അറിയൂ... അദ്ദേഹം വരുമ്പോൾ ഞാൻ നിനക്കു മനസിലാക്കിത്തരാം...

"അങ്ങനെയാവട്ടെ."

അങ്ങനെ രാജാവിന്റെ മനസിലിരിപ്പുപോലെ യുവതിയുടെ കൂടെ താമസിക്കാൻ രാജാവിന് അവസരം ലഭിച്ചു.

ദിവസങ്ങൾ പലതു കഴിഞ്ഞു. അവസരം കിട്ടുമ്പോഴൊക്കെ രാജാവ് തന്റെ പൂർവരൂപം സ്വീകരിച്ച് തന്റെ പർണശാലയിൽ പോയിരുന്ന് വിശ്രമി ക്കുക പതിവായിരുന്നു. പലദിവസങ്ങളിലെ അനുഭവങ്ങളിൽ നിന്ന് തന്നെ സഹായിക്കാൻ വന്ന കുട്ടി രൂപം മാറുന്നുണ്ടെന്ന് മുക്കുവപുത്രി മനസലാക്കി.

അവളെ അത് ചിന്തിപ്പിച്ചു. ഈ കുട്ടി ഏതെങ്കിലും ഗന്ധർവന്റെ മറുരൂപ മാണോ? അവൾ സംശയിക്കാൻ തുടങ്ങി. എങ്കിലും തന്റെ നിഗമനം അവൾ പുറത്തുവിട്ടില്ല. അവൾ സ്വാഭാവികമായും സംശയരഹിതമായും സ്വത ന്ത്രമായും കുട്ടിയോടു പെരുമാറി.

ഒരു ദിവസം രാത്രി ഉറങ്ങാൻ കിടന്നു കഴിഞ്ഞ് യാദൃച്ഛികമെന്ന പോലെ അവൾ പുറത്തു വന്ന് നോക്കി. കുട്ടി മുറ്റത്ത് വിരിച്ച പുൽപ്പായ യിലാണ് ഉറങ്ങിയിരുന്നത്. പുൽമെത്ത ശൂന്യമായി കണ്ടു. അവൾ നോക്കു മ്പോൾ ഒരു വൃദ്ധരൂപം മരങ്ങൾക്കിടയിലൂടെ നടന്നു പോകുന്നതാണവൾ കണ്ടത്. അവൾ ആ രൂപത്തിനു പിന്നാലെ രഹസ്യമായി നടക്കുവാൻ തുടങ്ങി. അവൾക്കത് അവിശ്വസനീയ സംഭവമായിരുന്നു. എന്താണ് താനീകാ ണുന്നത്? കുട്ടിയുടെ മായാരൂപമെടുത്ത് സഹായിക്കാൻ വന്നത് ഈ വൃദ്ധനോ? ഏതോ ഒരധമൻ മായാരൂപമെടുത്ത് തന്നെ ചതിക്കാൻ ശ്ര മിക്കുകയാണെന്ന് മുക്കുവപുത്രി മനസിലാക്കി.

ചതിയനും വഞ്ചകനുമായ ഈ വൃദ്ധനാവും തന്റെ പിതാവിനെ ഒളി പ്പിച്ചു വെച്ചിരിക്കുന്നതെന്ന് അവൾ സംശയിച്ചു. അതവളെ ഭീതിപ്പെടുത്തി. ഇത്രയും നാൾ തന്റെ പിതാവ് തന്നെ പിരിഞ്ഞിരിക്കുമെന്ന് വിശ്വസിക്കാൻ അവൾക്കു കഴിഞ്ഞില്ല.

ചെറിയ നെയ്ത്തിരി വെളിച്ചത്തിൽ നീണ്ട ജുബ്ബാ ധരിച്ച് കാൽമട ക്കിയിരുന്ന് ഹൂക്കവലിച്ചാസ്വദിക്കുന്ന വൃദ്ധനെ അവൾ കണ്ണിമയ്ക്കാതെ നോക്കി. ഈ പർണശാല ആരു നിർമിച്ചു? സ്വന്തം വീട്ടിലെന്നപോലെ അയാൾ സ്വസ്ഥനായിരുന്ന് ഹൂക്കവലിക്കുന്നത് അവളെ അസ്വാസ്ഥ്യപ്പെടുത്തി.

എന്തിനാണ് ഈ പടുവൃദ്ധൻ തന്നെ വശീകരിക്കാൻ ശ്രമിക്കുന്നത്? അവളുടെ ഹൃദയത്തിലേക്ക് ഇടിച്ചു കയറിയ ഉൾക്കിടിലത്തിന്റെ ആഘാ തം താങ്ങാനാവാതെ അവൾ വിറച്ചുപോയി!... അവൾ ഭയപ്പാടോടെ തന്റെ കുടിലിലേക്കു തിരിഞ്ഞോടി. ഉറങ്ങാൻ കിടന്നിട്ടും അവൾക്കുറക്കം വന്നില്ല. കുട്ടിയായി രൂപം മാറിവന്ന ഈ വൃദ്ധൻ തന്നെ കീഴ്പ്പെടുത്തുമെന്നവൾ ഭയന്നു. ഈ പിശാചിനെ താനെന്തിനിവിടെ താമസിപ്പിച്ചു? തന്റെ പിതാ വുണ്ടായിരുന്നെങ്കിൽ ഇയ്യാളിങ്ങനെ ചെയ്യാൻ ധൈര്യപ്പെടുമായിരുന്നോ? സ്ത്രീ അബലയായതുകൊണ്ട് ഏത് കുത്സിതമാർഗം ഉപയോഗിച്ചും അ വളെ കളങ്കപ്പെടുത്താമെന്നോ? അവളുടെ മനസിൽ പക കത്തിയാലാൻ തുടങ്ങി. രാവിലെ തന്നെ കുട്ടിയെ പറഞ്ഞുവിടാൻ അവൾ തീരുമാനിച്ചു.

അവൾ ഉറങ്ങാൻ കിടന്ന് ഒന്നു മയങ്ങിയിട്ടുണ്ടാവും പെട്ടെന്ന് തന്റെ മുറയിലാരോ പ്രവേശിച്ചിട്ടുണ്ടെന്ന് അവൾക്കു തോന്നി.

"ആരാണത്?" അവൾ പരിഭ്രമത്തോടെ ആരാഞ്ഞു.

"ഞാനാണ്..." കുട്ടി പറഞ്ഞു.

"പുറത്ത് കടുത്ത തണുപ്പാണ്. ഞാനും ഇവിടെ കിടന്നു കൊ ള്ളട്ടെ!" കുട്ടിയുടെ സ്വരം ഭീതിനിറഞ്ഞതായിരുന്നു.

"പാടില്ല." യുവതി ഗർജിച്ചു. "നിന്നോട് പുറത്തു കിടക്കാനല്ലേ പറ ഞ്ഞിട്ടുള്ളത്!.... പുറത്തു കടക്കൂ...."

രാജാവിനു യുവതിയെ വിട്ടുപോകാൻ മനസു വന്നില്ല. ഇവളെ തൊട രുതെന്നു പറഞ്ഞത് കളവായിരിക്കുമെന്ന് രാജാവു വിശ്വസിച്ചു. എങ്ങനേയും ഈ സുന്ദരിയെ കൊട്ടാരത്തിലേക്കു കൂട്ടിക്കൊണ്ട് പോകാൻ രാജാവിനു തിടുക്കമായി.

മുക്കുവപുത്രിയെ തന്റെ വരുതിക്കുകിട്ടുകയില്ലെന്ന് ബോധ്യമായ രാ ജാവ് അവളെ എടുത്തുകൊണ്ട് പോകാനായി ചുറ്റിപ്പിടിച്ചു. ആ നിമിഷം രാജാവ് അഗ്നിയിൽ തൊട്ടതുപോലെ ഞെട്ടിപ്പകച്ചു പിന്നോക്കം മാറിപ്പോയി!

17

ദുർമോഹം വരുത്തിയ വിന

മുക്കുവത്തരുണിയെ സ്പർശിച്ച നിമിഷം രാജാവ് ഒരു കറുത്തി രുണ്ട വികൃതരൂപമായി മാറി.!......

തുറിച്ചമിഴികളും കറുത്തിരുണ്ട കനത്തമുഖവും തടിച്ച അധരങ്ങളും ചുവന്ന പല്ലുകളും ദേഹമാകെ എഴുന്ന രോമവും തലയിൽ ജഡപോലെ ചുറ്റിപ്പിണഞ്ഞ മുടിയുള്ള ഒരു ഭീകരജീവി!.... ഒരുകാലൊടിഞ്ഞും ഒരു കണ്ണില്ലാതെയും കാണപ്പെട്ടു. ആ ഭീകരസത്വത്തെ കണ്ട് യുവതിയും ഭയന്നുപോയി!....

എത്ര ഹൃദയഭേദക വിരൂപക്കാഴ്ച! വൈരൂപ്യം ഇത്രയും അരോ ചകവും വികൃതവുമാകുമോ?

നേരം പുലർന്നു തുടങ്ങി.

"നിങ്ങളാരാണ് എന്തിനെന്നെ തൊട്ടു?" യുവതി ഉഗ്രകോപത്തോടെ അലറി.

വികൃതരൂപിയായ രാജാവ് മൗനമായി നിന്നതേയുള്ളൂ.

"വേഗം പറയൂ നിങ്ങളാരാണ്?"

"ഞാൻ... ഞാൻ...." രാജാവ് വിറച്ച് വിറച്ച് മന്ത്രിച്ചു..."ഞാൻ ഈ രാജ്യത്തെ രാജാവാണ്...."

"എന്തിനിവിടെ വന്നു?"

"ഞാൻ മോഹത്തിൽപ്പെട്ട് സ്വയം മറന്നുപോയി...."

"അതുകൊണ്ടാണ് നിങ്ങൾക്കിതു സംഭവിച്ചത്." യുവതി പറഞ്ഞു: "അബലയായ എന്നെ നിങ്ങൾ നശിപ്പിക്കാൻ ശ്രമിച്ചില്ലേ?... ഞാനിതിൽ അതിരറ്റു സന്തോഷിക്കുന്നു. ഭൂമിയിലെ സ്ത്രീകൾക്കൊക്കെ ഈ സിദ്ധി ലഭിച്ചെങ്കിലേ നിങ്ങളെപ്പോലുള്ള മനുഷ്യ മൃഗങ്ങളിൽ നിന്ന് അവർക്കു മോചനം ലഭിക്കൂ!..."

"ഈ ദുര്യോഗത്തിൽ നിന്ന് എനിക്ക് മോചനമില്ലേ?..." രാജാവ്
നാണം കെട്ട് കേഴുകയാണ്.

"മോചനമാഗം നിശ്ചയിക്കേണ്ടത് ഞാനല്ല. എന്റെ പിതാവാണ്.
അദ്ദേഹത്തെ നിങ്ങൾ തടവിൽ വെച്ചിരിക്കയല്ലേ?"

"ഇല്ല. ഞാൻ തടവിൽ വെച്ചിട്ടില്ല."

"എങ്കിൽ എവിടെ എന്റെ പിതാവ്?" യുവതി കടുത്തവ്യഥയോടെ വിലപിക്കാൻ തുടങ്ങി.

ആ നിമിഷം ബന്ധനസ്ഥനായ അവളുടെ പിതാവും രാജസേവ കരും അവിടെ എത്തി. പർണശാലയ്ക്കു സമീപം ബന്ധിച്ചിരുന്ന കുതി രയെ അവർ തിരിച്ചറിഞ്ഞു.

തന്റെ കുടിലിനു മുന്നിൽ നിൽക്കുന്ന വികൃത സത്വത്തെ കണ്ട് പുഞ്ചിരിച്ചിട്ട് മുക്കുവൻ പറഞ്ഞു: "ദാ ഇതാണ് നിങ്ങളുടെ രാജാവ്."

"ഹെന്ത്!... ഇതു ഞങ്ങളുടെ രാജവോ...? വികൃതരൂപിയായ ഏതോ തെണ്ടിയാണിത്. എവിടെ ഞങ്ങളുടെ രാജാവ് ?"

"ഇതുതന്നെ നിങ്ങളുടെ രാജാവ്. ഇയാൾ എന്റെ പുത്രിയെ നശിപ്പിക്കുവാൻ ശ്രമിച്ചു. അതിന്റെ ദുരന്ത സമ്പാദ്യമാണീ വികൃത രൂപം! വിലങ്ങഴിക്കൂ... ഞാനിത് ബോധ്യപ്പെടുത്തിത്തരാം...."

രാജഭടന്മാർ വിലങ്ങഴിച്ചു. സ്വതന്ത്രനായ മുക്കുവന് മന്ത്രസിദ്ധി തിരിച്ചു കിട്ടി. മുക്കുവൻ കൈവീശിയ നിമിഷം രാജാവ് പൂർവ രൂപത്തി ലെത്തി!.... ഉടനെ രാജഭടന്മാർ രാജാവിനെ വണങ്ങി.

"വളരെ നന്ദി." രാജഭടന്മാർ പറഞ്ഞു: "ഞങ്ങളുടെ രാജാവിനെ തിരിച്ചു കിട്ടി. ഞങ്ങളിനി പൊയ്ക്കൊള്ളട്ടെ?"

"ഹ... ഹ... ഹാ..." ഒരു പൊട്ടിച്ചിരിയായിരുന്നു മുക്കുവന്റെ മറുപടി.

"എന്താണു നിങ്ങൾ ചിരിക്കുന്നത്?" ഭടന്മാർ ചോദിച്ചു.

"നിങ്ങളുടെ രാജാവ് സ്വതന്ത്രനല്ല." മുക്കുവൻ പറഞ്ഞ നിമിഷം കൊണ്ട് രാജാവ് വീണ്ടും വികൃതരൂപിയായി!....

"ഇയാൾ നീചനും വിഷയലമ്പടനുമാണ്...." മുക്കുവൻ പറഞ്ഞു: "സ്വന്തം കുടുംബത്തെയും രാജ്യത്തെയും മറന്ന് വിഷയസുഖം തേടി ഇറങ്ങിയ ഇവൻ രാജാവല്ല. വെറും മൃഗമാണ്. സത്യം ബോധ്യപ്പെടു ത്താനാണ് രാജാവിന്റെ തനിരൂപം നിങ്ങളെ കാണിച്ചത്. ഇയാൾക്കിനി ഒരിക്കലും മോചനമില്ല.....!"

"യ്യോ!... അങ്ങനെ പറയല്ലേ... ഞങ്ങൾക്കു രാജാവില്ലാതാകും!.." രാജഭടന്മാർ കേണപേക്ഷിച്ചു.

"ഇല്ല ഇതെന്റെ നിശ്ചയമല്ല." മുക്കുവൻ വിശദീകരിച്ചു: "വിട്ടയ ച്ചാലും രാജാവ് വികൃതരൂപിയായിത്തന്നെ ഇരിക്കും. അതുമൂലം ഈ രാജാവിനെ പ്രജകൾ വെറുക്കും... അതുകൊണ്ട് വരൂ... എല്ലാവരും വരൂ... നമുക്ക് കടൽത്തീരത്തേക്കു പോകാം...." മുക്കുവൻ തന്റെ കുടിലിൽ സൂക്ഷിച്ചിരുന്ന ലോഹക്കുടവുമെടുത്ത് പുറപ്പെട്ടു.... പിന്നാലെ രാജാവും രാജഭടന്മാരും.....

18
ഭൂതത്തിന്റെ ഭൂതദയ

കടപ്പുറത്തെത്തിയ മുക്കുവൻ കൈവീശി. ഉടൻ വികൃത രൂപി യായ രാജാവ് ഒരു ഭൂതമായി മാറി. ഉടനെ മുക്കുവൻ ഭൂതത്തെ ആവാ ഹിച്ചു കുടത്തിലാക്കി ബന്ധിച്ചു.

കുടം ബന്ധിക്കുംമുമ്പ് രാജാവ് ചോദിച്ചു: "പ്രഭോ.... എനിക്കിനി മോചനമില്ലേ?"

"ഉണ്ടാവാം. എന്നെങ്കിലുമൊരിക്കൽ."

"എന്നെ എന്തുചെയ്യാൻ പോകുന്നു.?"

"നീചനായ നിന്നെ ഈ ആഴക്കടലിന്റെ അനന്തതയിലേക്കെറിയാൻ പോകുന്നു."

"യ്യോ.... എനിക്കു ശാപമോക്ഷം തരണേ!" രാജാവ് വിലപിച്ചു.

"നിന്നെ എന്നെങ്കിലുമൊരിക്കൽ ഒരു മുക്കുവൻ വലവീശി കര യിലെത്തിക്കും. അയാൾ കുടം തുറന്നാൽ നീ പുറത്തുവരും."

"യ്യോ... എനിക്ക് ഭൂതമായി പുനർജന്മം ലഭിച്ചിട്ടെന്തിന്? എന്റെ രാജ്യത്ത് എനിക്കു തിരിച്ചുപോകണം."

"ഈ കുടം തുറന്നു പുറത്തുവരുമ്പോൾ ഈ കുടം തുറക്കുന്ന ആളെ നീ വിഴുങ്ങുക. അപ്പോൾ നിനക്ക് തനിരൂപം ലഭിക്കും."

"എന്നിട്ടു മുക്കുവൻ കുടത്തിന്റെവായ മൂടിബന്ധിച്ച് ഒരു പക്ഷി യുടെ രൂപം കൈക്കൊണ്ടു. രാജാവിനെ അടക്കം ചെയ്ത കുടം കാലിൽ തൂക്കിയെടുത്തു പറന്ന് കടലിന്റെ അനന്തതയിലേക്കു വലിച്ചെറിഞ്ഞിട്ട് തിരിച്ചുപോന്നു."

ഭൂതം കഥപറഞ്ഞു നിർത്തി.

70

"അന്നുമുതൽ നൂറ്റാണ്ടുകളായി ഞാനീ കുടത്തിൽ കഴിയുകയാ യിരുന്നു." ഭൂതം തുടർന്നു: "ഈ കുടം തുറന്നതു നീയാണ്. കുടം തുറന്നയാളെ വിഴുങ്ങിയാലെ എനിക്കു ശാപമോക്ഷം ലഭിക്കൂ. ഏഴാം കടലിനക്കരെയുള്ള എന്റെ രാജ്യത്തെത്താനാവൂ."

"പ്രഭോ.... എന്നെ അനുഗ്രഹിക്കണം!" മുക്കുവൻ തൊഴുകൈക ളോടെ പറഞ്ഞു: അങ്ങനെ വിഴുങ്ങി ശാപമോക്ഷം നേടികൊള്ളുക. അതിനുമുമ്പ് എനിക്കൊരപേക്ഷയുണ്ട്.

"എന്താണത്?" ഭൂതം ആകാംക്ഷയോടെ ചോദിച്ചു. "വേഗം പറയൂ. എനിക്കു പോകാൻ തിടുക്കമുണ്ട്."

"ഞാൻ പറയാം." മുക്കുവൻ വിശദീകരിച്ചു. "ഞാനില്ലാതായാൽ എന്റെ കുടുംബം അനാഥമാകും. അവർക്കു ജീവിക്കാനുള്ള ധനം നൽകണം."

"ഉവ്വ്. സമ്മതിച്ചു." "അവർക്ക് എല്ലാ ഐശ്വര്യവും ഞാനിതാ വാഗ് ദാനം ചെയ്യുന്നു. നിന്റെ കുട്ടിക്ക് എല്ലാ വിദ്യയും ഞാൻ നൽകിയിട്ടുണ്ട്."

"ഒരാഗ്രഹം കൂടിയുണ്ട്." മുക്കുവൻ വിനീതനായി പറഞ്ഞു.

"എന്താണത്?"

"അങ്ങിപ്പോൾ എത്ര ഭീമാകാരമായ രൂപമായി മാറിയിരിക്കുന്നു! ഈ കുടത്തിലിരുന്ന അങ്ങയുടെ രൂപമോ? വിശ്വസിക്കാനാവുന്നില്ല. അങ്ങ് ഒരിക്കൽകൂടി ഈ കുടത്തിൽ പ്രവേശിച്ച് എന്നെ ഒന്നു കാണി ക്കണമെന്ന് ഞാനപേക്ഷിക്കുന്നു."

"ഹ... ഹ...." ഭൂതം പൊട്ടിച്ചിരിച്ചു:

"കൊള്ളാം മുക്കുവാ.... നിന്റെ മോഹം കൊള്ളാം! നീ ബുദ്ധിമാൻ തന്നെ! പണ്ടത്തെ ആ ഭൂതത്തിന്റെ കഥ കേട്ടിട്ട് നീ എന്നെ വിഡ്ഢിയാ ക്കാൻ ശ്രമിക്കുകയാണ്. ഞാനിനി നിന്റെ കെണിയിൽ വീഴുകയില്ല.... മുക്കുവാ ഞാനിനി നിന്നെ വിശ്വസിക്കുകയില്ല" ഭൂതം അട്ടഹസിച്ചു.

"യ്യോ!... ഭൂതത്താനെ..." മുക്കുവൻ ഭയന്നുവിറച്ചു. "എന്നെ വിഴു ങ്ങരുതേ... ഞാനങ്ങയെ സഹായിച്ചവനല്ലെ? നിരുപദ്രവിയായ ഒരു മുക്കു വനാണ് ഞാൻ. എന്റെ വേലയുടെ മഹത്വം മൂലമല്ലേ അങ്ങു തടവിൽനിന്നു രക്ഷപ്പെട്ടത്? എനിക്കും അങ്ങേക്കും ഗുണം വരുന്ന ഒരു വഴി അങ്ങു നിർദേശിക്കുക."

മുക്കുവന്റെ ത്യാഗവും ദീനതയും ഭൂതത്തെ ചിന്തിപ്പിച്ചു. കുറേ നിമിഷം നിശ്ശബ്ദനായി നിന്നിട്ടു ഭൂതം പറഞ്ഞു:

"അതേ.... മുക്കുവാ.... സത്യം. നിന്റെ അധ്വാനത്തിന്റെ മഹത്വമാണ് എന്നെ രക്ഷിച്ചത്. ഞാനതറിയുന്നു. നിന്റെ നിസ്സഹായതയോർത്തു ഞാൻ അകമേ നീറുകയായിരുന്നു. നീ നിരപരാധിയാണ്.... നിന്നെ വിഴുങ്ങി ശാപമോക്ഷം വരിക്കാനെനിക്കാവില്ല." ഭൂതം അന്തഃസംഘർ ഷത്തിൽ ഉരുകി.

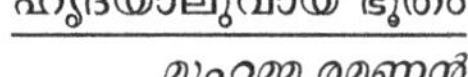

മുക്കുവൻ മൃത്യുവിനെ മുഖാമുഖം കണ്ടു കൈകൂപ്പി നിന്നു.

"ശരി." മൗനംമുറിച്ചു ഭൂതം പറഞ്ഞു: "മുക്കുവാ... നീ ഈ കുടത്തിൽ കയറൂ... നീ കയറിയ ഈ കുടം ഞാൻ വിഴുങ്ങും. ഉടനെ ഈ കുടം എന്റെ വയറ്റിൽ നിന്നു പുറത്തുവരും. അപ്പോൾ നിന്റെ മകൻ ഈ കുടം തുറന്ന് നിന്നെ സ്വതന്ത്രനാക്കും."

എന്നിട്ട് ഭൂതം മുക്കുവനെ കുടത്തിലാക്കി വിഴുങ്ങി. അങ്ങനെ ഭൂതം ശാപമോക്ഷം നേടി.

ഭൂതത്തിന്റെ വയറ്റിൽ നിന്നു പുറത്തുവന്ന കുടം തുറന്നു മുക്കു
വനും സ്വതന്ത്രനായി.

അങ്ങനെ സ്വതന്ത്രനായി പൂർവ്വ രൂപം ലഭിച്ച ഗന്ധർവ രാജാവ്
ഏഴാംകടലിനക്കരെയുള്ള തന്റെ രാജ്യത്തേക്കു യാത്രയായി.

മുക്കുവൻ ഭൂതത്തിന്റെ സഹായം മൂലം ധനവാനായെങ്കിലും അവൻ
കടലിൽ പോവുകയും വലയിടുകയും മീൻ പിടിക്കുകയും വേലയുടെ
മഹത്വം കുട്ടികളെ പഠിപ്പിക്കുകയും ചെയ്തുവന്നു.'

Printed by Libri Plureos GmbH in Hamburg,
Germany